പങ്കുവയ്ക്കാൻ പറ്റാത്ത ചില ദൃശ്യങ്ങൾ

pankuvaykkan pattatha chila drishyangal
(stories)

•

abu iringattiri

•

first edition
september 2017

•

typesetting
sreebhadra, thiruvananthapuram

•

published
chintha publishers, thiruvananthapuram

•

•

cover
....

•

വിതരണം

ദേശാഭിമാനി ബുക്ക് ഹൗസ്
H O തിരുവനന്തപുരം-695 035
phone: 0471-2303026, 6063026
www.chinthapublishers.com
chinthapublishers@gmail.com

ബ്രാഞ്ചുകൾ

ഹെഡ്ഡാഫീസ് ബ്രാഞ്ച് കുന്നുകുഴി • സ്റ്റാച്യു തിരുവനന്തപുരം • കെ എസ് ആർ ടി സി ബസ് സ്റ്റേഷൻ ആലപ്പുഴ • കെ എസ് ആർ ടി സി ബസ് സ്റ്റേഷൻ എറണാകുളം • മച്ചിങ്ങൽ ലെയ്ൻ തൃശൂർ • ഐ ജി റോഡ് കോഴിക്കോട് • മാവൂർ റോഡ് കോഴിക്കോട് • എൻ ജി ഒ യൂണിയൻ ബിൽഡിങ് കണ്ണൂർ • സെൻട്രൽ ബസ് ടെർമിനൽ കോംപ്ലക്സ് താവക്കര കണ്ണൂർ

CO -

പങ്കുവയ്ക്കാൻ പറ്റാത്ത ചില ദൃശ്യങ്ങൾ

(കഥകൾ)

അബു ഇരിങ്ങാട്ടിരി

ചിന്ത പബ്ലിഷേഴ്സ്
തിരുവനന്തപുരം-695 035

അബു ഇരിങ്ങാട്ടിരി

മലപ്പുറം ജില്ലയിലെ കരുവാരക്കുണ്ട് പഞ്ചായത്തിലെ ഇരിങ്ങാട്ടിരിയിൽ ജനനം. മുഴുവൻ പേര് അബൂബക്കർ കാവിൽക്കുത്ത്. പിതാവ് കാവിൽക്കുത്ത് മുഹമ്മദ് ഹാജി. മാതാവ് വാക്കാട്ടുകുഴിയൻ ഫാത്വിമ ഹജ്ജുമ്മ. ഇരിങ്ങാട്ടിരി എ എം എൽ പി സ്കൂൾ, മേലാറ്റൂർ ആർ എം ഹൈസ്കൂൾ, മണ്ണാർക്കാട് എം ഇ എസ് കല്ലടി കോളേജ്, കേരള പ്രസ് അക്കാദമി കൊച്ചി എന്നിവിടങ്ങളിൽ വിദ്യാഭ്യാസം. വാണിജ്യശാസ്ത്രത്തിൽ ബിരുദവും ജേർണലിസം ആന്റ് മാസ് കമ്യൂണിക്കേഷനിൽ പോസ്റ്റ് ഗ്രാജുവേറ്റ് ഡിപ്ലോമയും.

പഠനത്തിനുശേഷം കുറച്ചുകാലം പാരലൽകോളേജ് അദ്ധ്യാപകനായി ജോലി ചെയ്തു. 1987 മുതൽ 1993 വരെ കോഴിക്കോട്ട് *മാധ്യമം* ദിനപ്പത്രത്തിൽ സബ്ബ് എഡിറ്റർ. 1993 മുതൽ സൗദിഅറേബ്യയിലെ ജിദ്ദയിൽ. “ചുറ്റുവട്ടം” “അക്കരെയിക്കരെ” എന്നീ കോളങ്ങൾ യഥാക്രമം *മാധ്യമം* ദിനപ്പത്രത്തിലും സൗദിഅറേബ്യയിൽ നിന്നിറങ്ങുന്ന മലയാളം ന്യൂസിലും ചെയ്തിരുന്നു.

കൃതികൾ: *സൂര്യൻ ഒരു ചാൺ അകലെ, അവയവങ്ങൾ, സുലൈഖാ സ്വയംവരം, ഉച്ചവെയിലിന്റെ ഉന്മാദം, വവ്വാലുകളുടെ വഴികൾ, അലിവുമരം, ഇരിങ്ങാട്ടിരിയും ചില ചെറിയ കഥകളും* (കഥകൾ), *സുഗന്ധപ്പുകയും സ്വർണ്ണത്തേരും, തമ്പ്രാൻ ഖലീഫ* (നോവലെറ്റുകൾ), *ദൃഷ്ടാന്തങ്ങൾ* (നോവൽ). *ലോ വോൾട്ടേജിൽ ഒരു ബൾബ്* (ലേഖനങ്ങൾ).

ഏറനാടൻ ഭാഷയ്ക്കും സംസ്കാരത്തിനും നല്കിയ സംഭാവനകളെ മാനിച്ച് മഹാകവി മോയിൻകുട്ടിവൈദ്യർ അക്കാദമി ഏർപ്പെടുത്തിയ പുലിക്കോട്ടിൽ ഹൈദർ പുരസ്കാരം, അങ്കണം മിഡിൽ ഈസ്റ്റ് പ്രവാസി പുരസ്കാരം, ഖമീഷ് മുഷൈയ്ത്ത് സംസ്കൃതി സാഹിത്യ പുരസ്കാരം, ജിദ്ദ അരങ്ങ് അവാർഡ്, വോയ്സ് ഓഫ് ഇന്ത്യ അവാർഡ് എന്നിവ ലഭിച്ചിട്ടുണ്ട്.

ഭാര്യ : കെ പി റഹ്മ

മക്കൾ : അജ്മൽ റിക്കാബ്, അമൽ റിക്കാബ്, റസൽ റിക്കാബ്

വിലാസം : കാവിൽക്കുത്ത് പി ഒ, ഇരിങ്ങാട്ടിരി
കരുവാരക്കുണ്ട്, മലപ്പുറം 676 523

ഇമെയിൽ : abuiri@gmail.com

ഉള്ളടക്കം

പ്രസാധകക്കുറിപ്പ്

പ്രവാസവും മടങ്ങിവരവും വിരഹവും പ്രണയവും ഇടകലരുന്ന കഥകളാണ് അബു ഇരിങ്ങാട്ടിരിയുടേത്. അമ്പരപ്പിക്കുന്ന ജീവിത മുഹൂർത്തങ്ങളല്ല സാധാരണ ജീവിതത്തിനുള്ളിൽ മറഞ്ഞിരിക്കുന്ന അസാധാരണത്വമാണ് കഥാകൃത്തിന്റെ കഥാമേഖല. മനുഷ്യൻ സാഹചര്യങ്ങളുടെ സൃഷ്ടിയെന്നപോലെ സാഹചര്യങ്ങളും പലപ്പോഴും മനുഷ്യസൃഷ്ടിയാണ്. താൻ തന്നെ സൃഷ്ടിച്ചെടുത്ത സാഹചര്യത്തിൽ പതറിപ്പോകുന്ന മനുഷ്യനെ നാം ഈ കഥകളിൽ കാണുന്നു. വളച്ചുകെട്ടലുകളോ നാട്യങ്ങളോ ഇല്ലാതെ കഥപറയുകയാണ് അബു. ശക്തിപ്പെട്ടു കൊണ്ടിരിക്കുന്ന മലയാള ചെറുകഥയുടെ പടിവാതിൽ കടന്ന് ഉള്ളിലേക്കു പ്രവേശിക്കാൻ യോഗ്യമായ കഥകളാണീ സമാഹാരത്തിൽ.

ചിന്ത പബ്ലിഷേഴ്സ്

ആമുഖം

ദേശവും ദേശാടനങ്ങളും നിറഞ്ഞ ലോകം

അബു ഇരിങ്ങാട്ടിരി കൃതഹസ്തനായ എഴുത്തുകാരനാണ്. കഥ-നോവൽ സാഹിത്യത്തിലെ നിറസാന്നിദ്ധ്യം. മറ്റ് എഴുത്തുകാർക്കിടയിൽ അബുവിനെ ശ്രദ്ധേയനാക്കുന്നത് ജന്മദേശത്ത് വേരാഴ്ത്ത് വളർന്ന എഴുത്തുകാരനാണ് എന്റെ ഈ സുഹൃത്ത് എന്നതാണ്. കിഴക്കൻ ഏറനാട്ടിലെ ചേറുമ്പ് എന്ന ദേശവുമായി ബന്ധപ്പെട്ടു കിടക്കുന്ന പുരാവൃത്തങ്ങൾ അബുവിന്റെ രചനാലോകത്ത് ഏറെയുണ്ട്. ചേറുമ്പിന്റെ കഥാകാരൻ, ഏറനാടൻ ഭാഷയുടെയും സംസ്കാരത്തിന്റെയും ആത്മാവ് തൊട്ടറിഞ്ഞ എഴുത്തുകാരൻ എന്നൊക്കെ അബു ഇരിങ്ങാട്ടിരിയെ വിശേഷിപ്പിക്കുന്നത് അതുകൊണ്ടാണ്. ഏറനാടൻ ഭാഷയും ഭാവനയും ഈ രചനകളിൽ സമന്വയിക്കുന്നത് കാണാം.

മലയാളത്തിൽ ആധുനികതയ്ക്കുശേഷം രൂപപ്പെട്ട ആഖ്യാന പരിസരത്താണ് അബു ഇരിങ്ങാട്ടിരിയുടെ രചനകൾ നില്ക്കുന്നത്. അതും ജീവിതഗന്ധിയായ ആഖ്യാനങ്ങളിലൂടെ "പ്യൂരിറ്റി"യുടെ സങ്കല്പങ്ങളെ അത് നിരാകരിച്ചു. പോസ്റ്റ് മോഡേൺ എന്നു പറയാവുന്ന ഒരു തലം അബുവിന്റെ കഥകൾ കൈവരിച്ചതിങ്ങനെയാണ്. മനുഷ്യകേന്ദ്രിതം തന്നെയാണ് ഈ കഥകൾ. മനുഷ്യന്റെ ഉയർച്ച താഴ്ചകൾ, ജീവിതാസക്തി, ക്രൗര്യം, നിരാലംബത ഇവയൊക്കെ അബു പ്രമേയമാക്കി. ആഖ്യാനത്തിനും കഥാപാത്രങ്ങൾക്കും തുല്യ പ്രാധാന്യം കിട്ടി. ഈ സമാഹാരത്തിലെ കഥകളും ഇത്തരം സവിശേഷതകൾ ഉൾക്കൊള്ളുന്ന മികച്ച കഥകളാണ്. ആധുനികാനന്തര രചനകളെന്ന് ഞാനിവയെ വിശേഷിപ്പിക്കുന്നത് ഇതുകൊണ്ടാണ്.

"ദേശായനം" ഒരയനത്തിന്റെ കഥയാണ്. മദ്ധ്യവർഗ്ഗ വിഭാഗം കണ്ടെത്തുന്ന സുഖശീതളമായ ലോകത്തെ ജീവിതലഹരി കൊടും വേഗതയി

ലെത്തിക്കുകയും പിന്നെ ദുരന്തത്തിലേക്ക് വഴിമാറുകയും ചെയ്യുന്നു. ജീവിതയാത്ര അപ്രതീക്ഷിത പര്യവസാനത്തിൽ എത്തുന്നതോടെ, കാറിനകത്തെ ശീതളിമ ഒരു ദുരന്തത്തെ അഭിമുഖീകരിക്കുന്നതോടെ, ഒരാഘാതത്തിൽ വായനക്കാരുമെത്തുന്നു. ലഹരിക്കടിമപ്പെടുമ്പോൾ വേഗത പോരാ പോരാ എന്നു തോന്നും. വേഗത കൂട്ടിക്കൊണ്ടിരിക്കുമ്പോൾ ഒടുവിൽ മനുഷ്യന്റെ നിയന്ത്രണത്തിൽ ഒന്നും കിട്ടാതാവും. ഈ കഥയിലെ കാറിന്റെ ഗതിവേഗം അങ്ങനെയാണ്. കാറിനകത്തെ മദ്ധ്യവർഗ്ഗക്കാർ പാനസദസ്സുകളിൽ സാധാരണ സംഭവിക്കുന്നതുപോലെ ജീവിതത്തെക്കുറിച്ച് പലതരം വിചാരങ്ങൾ, ചുഴികളില്ലാത്ത ജീവിതത്തിന്റെ സാധാരണ സത്യങ്ങൾ, ചിലപ്പോൾ അസാധാരണമായ ദാർശനികവിചാരങ്ങളും ചർച്ചചെയ്യുന്നു. അപ്പോഴും കാറിന്റെ ഗതിവേഗം പോര പോര എന്നുതന്നെയാണു തോന്നൽ. കൂട്ടിക്കൊണ്ടിരിക്കുന്ന വേഗത മദ്ധ്യവർഗ്ഗക്കാരന്റെ ആർത്തി കൂടിയാണ്. ആർത്തി കാരണം നിലതെറ്റുന്ന മദ്ധ്യവർഗ്ഗത്തെക്കുറിച്ചു പറയുമ്പോൾ അവരുടെ യാത്ര കാറിനകത്താവുന്നതിലുമുണ്ട് സവിശേഷതകൾ. മദ്ധ്യവർഗ്ഗമോഹങ്ങളെ കുറച്ചൊന്നുമല്ല കാർ എന്ന വാഹനം പ്രതീകവല്ക്കരിക്കുന്നത്. ചുരുക്കത്തിൽ, സാധാരണയായി തുടങ്ങി അസാധാരണത്വത്തിൽ എത്തിനില്ക്കുന്ന കഥയാണ് ദേശായനം. യാത്ര പ്രമേയപരമായി മലയാളത്തിലുണ്ടായ മികച്ച രചനകളിലൊന്ന്.

ഹിംസാത്മകമായി മാറുന്ന ഒരു സമൂഹത്തെയാണ് നാം കാണുന്നത്. നല്ലത്, ചീത്ത എന്നൊക്കെ നാം വേർതിരിച്ചത് അട്ടിമറിക്കപ്പെട്ട കാലം. നീതിരാഹിത്യം ജനങ്ങളെ നൈതികജാഗ്രത ഇല്ലാത്തവരാക്കി മാറ്റുകയും ചെയ്യാം. ക്വട്ടേഷൻ സംഘങ്ങളെ എല്ലാവർക്കും ആശ്രയിക്കണം എന്നായിരിക്കുന്നു. തല വെട്ടിയരിയുന്നത് തെറ്റായി കാണാത്ത ഒരു കാലം നമ്മെ ചുറ്റി വരിയുന്നു. മരിച്ചു വീഴുന്ന ഒരുവന് (അഥവാ ഒരുവൾക്ക്) ചുറ്റും അനാഥത്വം വലംവെക്കുന്നത് ആർക്കും കാണാൻ പറ്റാതായി. സിനിമകളും കൊലവിളി നടത്തുന്ന നായകന്മാരെക്കൊണ്ടു നിറയുന്നു. ഉന്മൂലനം ഒരു രാഷ്ട്രീയ പ്രത്യയശാസ്ത്രമായി ആദർശവല്ക്കരിക്കുന്ന തീവ്രരാഷ്ട്രീയ പ്രകടനങ്ങൾ ലോകമെങ്ങുമുണ്ട്. ഈയൊരു പശ്ചാത്തലത്തിലാണ് അബുവിന്റെ "എക്സ്ക്ലൂസീവ്" പിറവിയെടുക്കുന്നത്.

"പൊള്ളലുകൾ" ഗൾഫുകാരന്റെ പങ്കപ്പാടുകളുടെ കഥയാണ്. കുടുംബം പോറ്റാനായി പ്രവാസിയായി ജീവിക്കുമ്പോൾ നാടിനു വരുന്ന മാറ്റം, മനുഷ്യബന്ധങ്ങൾക്കിടയിലെ അകലങ്ങൾ ഒന്നും കാണാൻ സാധിക്കാതാവുന്ന സുഭദ്രന്റെ കഥയാണിത്. ഇങ്ങനെയൊരു പാത്രസൃഷ്ടി നടത്തുമ്പോൾ സുഭദ്രൻ എന്ന പേര് കണ്ടെത്തുന്നതിലുമുണ്ട് വ്യതിരേകം. പേരിൽ ഭദ്രതയുണ്ടെങ്കിലും ജീവിതം ഭദ്രമേ അല്ല. പ്രവാസത്തിനു മുമ്പുള്ള നാട്ടിലെ ജീവിതത്തിലൂടെ രൂപപ്പെട്ട ജീവിതവീക്ഷണം പഴഞ്ചനാവുന്നത് സുഭദ്രനെന്ന പാവത്താൻ അറിയുന്നില്ല. അവന്റെ പൊള്ളലുകൾ പങ്കിടാൻ ഏറെപ്പേർ ഉണ്ടാവണമെന്നുമില്ല. തലമുറകളുടെ

വിടവ് സുഭദ്രനെ കൂടുതൽ ഏകാകിയാക്കും. ഗൾഫിലേക്ക് ചേക്കേറുന്ന മദ്ധ്യവർഗ്ഗക്കാരന്റെ ആത്മരക്തം തൊട്ടെഴുതിയ കരുത്തുറ്റ കഥയാണിത്.

പാപത്തിന്റെ ശമ്പളത്തെക്കുറിച്ചുള്ള ഓർമ്മപ്പെടുത്തലാണ് "അതിശയ നക്ഷത്രമായി ലോപ്പസ്" എന്ന കഥ. പേരിന്റെ കൗതുകവും ബൈബിൾ വചനങ്ങളുടെ മുഴക്കവും ഒക്കെ ഈ കഥയിൽനിന്ന് അനുഭവിക്കാം. ജീവിതത്തോടൊപ്പം മരണവുമുണ്ട് ഈ കഥയിൽ. പുണ്യപാപങ്ങളുടെ അതിരുകളെക്കുറിച്ചുള്ള വിഹ്വലതകളുണ്ട്. അബു ഇരിങ്ങാട്ടിരിയുടെ ആഖ്യാനങ്ങളിൽ വേറിട്ടുനില്ക്കുന്ന ഒരു രചനയുമാണിത്. പാപങ്ങൾകൊണ്ട് പടുത്തുകെട്ടിയ ജീവിതവും വാർദ്ധക്യത്തിൽ ആഗ്രഹിക്കുന്നത് പുണ്യം നിറഞ്ഞ മരണമായിരിക്കും. അനായാസേന മരണം കഥയുടെ ഇഴകളിൽ ചേർന്നുകിടക്കുന്ന ക്രിസ്തീയ കുടിയേറ്റ ജീവിതവും ശ്രദ്ധേയമാണ്. ചിന്നമ്മയെന്ന കഥാപാത്രം കണ്ണീരു കരുത്താക്കിയവളാണ്. "അധിനിവേശ"വും ഇതേ തരത്തിൽപ്പെട്ട കഥയാണ്. കിഴക്കൻ ഏറനാട്ടിൽ ജനിച്ചു വളർന്ന അബുവിന് ക്രിസ്തീയ കുടിയേറ്റ ജീവിതവും പരിചിതം തന്നെ. പണവും പണസമ്പാദനവും മാത്രം ലക്ഷ്യമാവുന്ന ജീവിതം പാപങ്ങളുടെ അടിത്തറയിലാവും പടുത്തു കെട്ടുക. പണം എല്ലാ സൗഭാഗ്യങ്ങളും കൊണ്ടുവരുമെന്നു വിശ്വസിക്കുമ്പോൾ ജീവിതത്തിനു ഒരു നൈതിക ജാഗ്രതയും ആവശ്യമില്ലെന്നാവും. പാപം കൊണ്ടു പടുത്തുയർത്തിയ ജീവിത ഗോപുരത്തിലെ ആനന്ദോത്സവത്തിന്റെ ആവിഷ്കാരത്തിനുമുണ്ട് ഏറെ സവിശേഷത.

മനുഷ്യജീവിതത്തെക്കുറിച്ച് എത്ര എഴുതിയാലും കൊതി തീരാത്ത എഴുത്തുകാരനാണ് അബു ഇരിങ്ങാട്ടിരി. മജ്ജയും മാംസവുമുള്ള കഥാപാത്രങ്ങൾ അബുവിന്റെ രചനാലോകത്ത് ധാരാളമുണ്ട്. ദേശവും ദേശാടനങ്ങളും നിറഞ്ഞ സമ്പന്നമായ കഥാലോകമാണത്. അതുകൊണ്ടു തന്നെ അബു ഇരിങ്ങാട്ടിരിയുടെ കഥകൾക്ക് അമിതവ്യാഖ്യാനങ്ങൾ ചമയ്ക്കാനൊന്നും ഞാൻ മുതിരുന്നില്ല. മുൻവിധികളില്ലാതെ വായനക്കാർ ഈ കഥകൾ സ്വീകരിക്കുമെന്ന കാര്യത്തിൽ എനിക്കൊട്ടും സംശയമില്ല.

പി സുരേന്ദ്രൻ

ഒരിക്കൽ അവൾ എന്നോട് ചോദിച്ചു:
കഥകളിലൂടെ നിങ്ങൾ പറയാനുദ്ദേശിക്കുന്നത് എന്താണ്?

ഞാൻ പറഞ്ഞു:
കഥയിൽ ചോദ്യമില്ലാത്തതുപോലെതന്നെ ഉത്തരവുമില്ല...

1

അതിശയ നക്ഷത്രമായി ലോപ്പസ്

മഴക്കാറുമൂടി ഭീതിജനകമാംവിധം ആകാശം കറുക്കാൻ തുടങ്ങിയതും വന്മരങ്ങൾക്കിടയിലേക്ക് ഇരുൾപ്പറവകൾ കൂട്ടമായി പറന്നുവന്ന് പുഴയോരത്തിരുന്നു. തെളിമയാർന്ന ജലവെലിച്ചം ആ ഇരുളിലേക്ക് ഒരു നിമിഷം ഏന്തി നോക്കി, ഭയപ്പാടോടെ താഴേക്ക് ഓടിപ്പോയി. പതിവു പോലെ ലഹരിയുടെ നുരകൾ തലച്ചോറിൽ നൊഞ്ഞിക്കളിക്കാൻ തുടങ്ങി. അതോടെ, ചിന്നമ്മയുടെ ആത്മാവ് കർത്താവിങ്കലേക്ക് പാറിപ്പോകുന്നതും ഭക്തിയും സ്നേഹവുംകൊണ്ട് സമ്പന്നമായ അവളുടെ കണക്കുപുസ്തകം വായിച്ചുതീർത്ത്, ആദരവോടെ മാലാഖമാർ സ്വർഗ്ഗത്തിലേക്ക് ആനയിക്കുന്നതും അയാൾ ഭാവന കൊണ്ടു.

“എന്തുകൊണ്ട് നീയവനെ സന്മാർഗ്ഗത്തിലേക്ക് നയിക്കാൻ പരിശ്രമിച്ചില്ല?”

“കർത്താവേ, നിനക്കു കഴിയാത്തത് നിന്റെ അടിമയ്ക്കെങ്ങനെ കഴിയും?” തുറന്നു പറയണമെന്ന വാശിയുള്ള ചിന്നമ്മ ചൂളിയൊതുങ്ങി മൊഴിഞ്ഞു.

“ആട്ടെ, അന്യന്റെ ഭാര്യയായ നിന്നെ ലോപ്പസ് കുര്യച്ചൻ എന്ന തെമ്മാടി കൈ പിടിച്ചിറക്കിയപ്പോൾ നീ എന്നെ ധിക്കരിക്കുകയായിരുന്നില്ലേ?”

“സത്യമായിട്ടും അല്ല. ഞാനൊരു പാവം നാട്ടുമ്പുറത്തുകാരി. കറിയാച്ചന്റെ അടിയും തെറിയും പട്ടിണിയും കൊണ്ടും കേട്ടും സഹിച്ച്, ഒരു കുഞ്ഞിക്കാലു കാണാനുള്ള മോഹം പോലും അടക്കിയൊതുക്കിയ വിശുദ്ധ. പാപം ചെയ്യാൻ കെട്ടിയവനാൽ നിർബ്ബന്ധിക്കപ്പെട്ട ദൗർഭാഗ്യവതി. കൂട്ടിക്കൊടുപ്പുകാരന്റെ വിധേയത്വത്തോടെ, ലോപ്പസ് കുര്യച്ചൻ എന്ന കുട്ടിമുതലാളിയുമായി വന്ന്, കറിയാച്ചൻ കെഞ്ചി. ഞാനെതിർത്ത്

അലറിക്കരഞ്ഞ് അക്രമാസക്തയായതും അയാൾ വായ പൊത്തിപ്പിടിച്ച്, കൊന്നുകളയുമെന്ന് ഭീഷണി മുഴക്കി. അതോടെ, പാപത്തിന്റെ പറുദീസയിലേക്ക് ഒരു സർപ്പം ഇഴഞ്ഞുപോകുന്നതുപോലെ ഞാനും നീന്തിക്കയറി.”

“എന്നിട്ട്?”

“എന്നിട്ടെന്താ, അതിൽപ്പിന്നീട് ദേ, ഇന്നുവരെ ചിന്നമ്മയ്ക്ക് തിരിഞ്ഞുനോക്കേണ്ടി വന്നിട്ടില്ല. അല്ലലില്ലാതെ മൂന്നു കൊച്ചുങ്ങളെപ്പെറ്റ്, ഇത്രേം കാലം സ്വർഗ്ഗത്തിലെന്നപോലെ സുഖായി ജീവിക്കേം ചെയ്തു.”

“അതുവ്വ്. നൂറുശതമാനം ശരി. നീ കുമ്പസരിച്ചതിൽപ്പിന്നെ മനസ്സും ശരീരവും മലിനമാക്കാതെ സന്മാർഗ്ഗത്തിന്റെ പാതയിലൂടെ മാത്രമാണല്ലോ സഞ്ചരിച്ചത്. ആയതിനാൽ നിനക്കു ഇവിടെയും വിധിച്ചിട്ടുള്ളത് സ്വർഗ്ഗം തന്നെയാണ് ചിന്നമ്മേ...”

മാലാഖമാർ ആനന്ദതന്ദുലിതരായി അത്രയും കാര്യങ്ങൾ വെടിപ്പായിപ്പറഞ്ഞ് ചിറകടിച്ചുയർന്നതും ലോപ്പസ് മുന്നിലുയർന്ന ഇരുൾമലയിലേക്ക് ഇച്ചിരി പേടിയോടെ ഏന്തി നോക്കി. അന്നേരം, ഒരു കൂറ്റൻ പക്ഷി, ഭീകര ശബ്ദത്തോടെ ആകാശത്തുനിന്നും ഭൂമിയിലേക്ക് താണിറങ്ങി വരുന്നത് അയാൾ കണ്ടു. കുപ്പിയിൽ അവശേഷിച്ച വാറ്റു ചാരായം മുഴുവനും വാഴയിലയിലെ വരട്ടും കാന്താരിച്ചമ്മന്തി വടിച്ചെടുത്തതും ഒറ്റയടിക്ക് അകത്താക്കി, എന്താണ് ഭൂമിയിൽ സംഭവിക്കുന്നതെന്നറിയണമല്ലോ എന്ന ആകാംക്ഷയോടെ, പഴയ പ്രതാപത്തോടെ ധൈര്യവാനായി അയാൾ എഴുന്നേറ്റതും പക്ഷിച്ചിറകടിയുടെ ശബ്ദം അസ്സഹനീയമാവുകയും കാഴ്ച മങ്ങിവരികയും ചെയ്തു. അതോടെ, സകല ധൈര്യവും സംഭരിച്ച് മുന്നിലെ പുഴയിലേക്ക് ഒരൊറ്റച്ചാട്ടം. പാതി വെള്ളത്തിലും പാതി ഭൂമിയിലുമായിക്കിടന്ന് ലോപ്പസ് കുര്യച്ചൻ അട്ടഹസിച്ചു.

ബോധം തെളിഞ്ഞപ്പോൾ കണ്ണുതിരഞ്ഞതും നാവു ചോദിച്ചതും ഏറ്റം പ്രിയമുള്ളവൾ സുനിലയെക്കുറിച്ച്. ആശുപത്രിയിലേക്ക് ഓടിക്കിതച്ചെത്തിയ സെലീനയെയും ലൈലയെയും ഒന്നു തിരിഞ്ഞുനോക്കുകപോലും ചെയ്തില്ല. ചെറിയ തോതിൽ സംസാരം തുടങ്ങിയതോടെ, കാര്യങ്ങളുടെ ഒരേകദേശ ചിത്രം ഡോക്ടർക്കും കുടുംബത്തിനും മനസ്സിലായി. അതോടെ, മൂത്തമരുമകൻ കോശി ചെറിയാൻ മനമില്ലാമനസ്സോടെ മൊബൈലെടുത്ത് സൗദിയിലേക്ക് വിളിക്കാൻ ശ്രമിച്ചു. ഒന്നുരണ്ടു തവണ ട്രൈ ചെയ്ത്, ഫോൺ പോക്കറ്റിലിട്ട് പുച്ഛത്തോടെ എല്ലാവരും കേൾക്കാനായി പറഞ്ഞു: “അത്യാവശ്യമെന്തെങ്കിലുമുണ്ടെങ്കിൽ യെവളെക്കിട്ടാൻ വലിയ പാടാ...”

“അവൾ തിരിച്ചു വിളിച്ചോളും ഇച്ചായാ...” സെലീന സൗമ്യയായി, അകം കൊണ്ട് പല്ലിറുമ്മി. ലൈല തിളയ്ക്കുന്ന അമർഷമൊതുക്കി സങ്കടം പൂണ്ടു:

“ചുമ്മാ, ആശുപത്രീ കെടന്ന് നമ്മളെന്നാത്തിനാണിങ്ങനെ ബുദ്ധിമുട്ടുന്നത്? ഇതൊക്കെ ചെയ്യേണ്ടൊരുത്തി സൗദീലിപ്പോഴും കാശുണ്ടാ

ക്കുകയല്ലിയോ?"

ഇങ്ങനെ തർക്കിച്ചും ശങ്കിച്ചും പിറുപിറുത്തും കൂട്ടിരിക്കുന്നവരോടൊപ്പം ഒരാഴ്ച ആശുപത്രിയിൽ കിടന്ന ലോപ്പസ്, ഒരു ദിവസം പൂർണ്ണ ആരോഗ്യത്തോടെ വീണ്ടും പഴയതുപോലെ എഴുന്നേറ്റു നടക്കാൻ തുടങ്ങി. സുനിലയും ഭർത്താവ് ആഷ്‌ലിയും എമർജൻസി ലീവെടുത്ത് നാട്ടിലെത്തിയതിന്റെ പിറ്റേ ദിവസമായിരുന്നു അത്. സുനിലയെ കണ്ടതോടെ വയസ്സന്റെ പകുതി ദീനവും മാറിപ്പോയിരുന്നു. അത്രയ്ക്ക് ഇഷ്ടവും വാത്സല്യവും വിശ്വാസവുമായിരുന്നു അയാൾക്ക് അവളോടുണ്ടായിരുന്നത്. ആഷ്‌ലിയോടും അതേ സ്നേഹവും ബഹുമാനവും ലോപ്പസ് കാണിച്ചു. സന്ധ്യക്ക്, വീട്ടുമുറ്റത്തെ പൂന്തോട്ടത്തിലിരുന്ന്, റബ്ബർമരങ്ങൾക്കിടയിലൂടെ ഊർന്നിറങ്ങിച്ചാടി വരുന്ന തണുത്ത കാറ്റേറ്റ്, പഴയ അമ്മായിയപ്പനും മരുമകനുമായി രണ്ടുമൂന്ന് പെഗ്ഗ് വീതം വീശി അവർ ധാരാളിച്ചു. രസകരമായ ഭാവഹാവാദികളാൽ കിതച്ചും ചിരിച്ചും ഉച്ചത്തിൽ സംസാരിച്ചും പൊയ്പ്പോയ കാലങ്ങളിലൂടെ അയാൾ സാമോദം സഞ്ചരിച്ചു. ആഷ്‌ലിയുടെ മനസ്സിൽ ലോപ്പസ് അതിശയനക്ഷത്രമായി പരിണമിച്ച് ആകാശത്തേക്ക് ഉയർന്നുയർന്നേ പോയി. ലഹരിത്തരിപ്പിന്റെ മുറുക്കം കൂടാൻ തുടങ്ങിയപ്പോൾ വാത്സല്യത്തോടെ ലോപ്പസ് പറഞ്ഞു:

"എഡാ മോനേ, ആഷ്‌ലീ... കർത്താവിന്റെ കൃപകൊണ്ട് ഈ ലോകത്തനുഭവിക്കാവുന്ന ഒട്ടുമിക്ക സുഖങ്ങളും ലോപ്പസ് അനുഭവിച്ചിട്ടൊണ്ട്. നന്മയും തിന്മയും തരാതരം പോലെ ചെയ്തിട്ടൊണ്ട്. ഇനി, ഒരേയൊരു മോഹം മാത്രമേ ബാക്കിയുള്ളൂ..."

"അതെന്താണപ്പച്ചാ?"

"കഷ്ടപ്പെടാതെയും ആരേയും കഷ്ടപ്പെടുത്താതെയും ഇതേ ബുദ്ധിയോടെയും ആരോഗ്യത്തോടെയും ഒരു ദിവസം ചുമ്മാ കർത്താവിങ്കലേക്ക് തിരുയാത്ര ചെയ്യുക. അങ്ങനെയുള്ള മരണമാണ് മനുഷ്യനു ഭൂമിയിൽ കിട്ടാവുന്ന ഏറ്റവും വലിയ സൗഭാഗ്യം."

ലോപ്പസ് ഒന്നു നിർത്തി സാവധാനം ചോദിച്ചു: "എന്റപ്പൻ കുര്യച്ചൻ മുതലാളി ശുദ്ധനും സൽക്കർമ്മിയുമായിരുന്നു. സഭയുടെയും നാട്ടുകാരുടെയും പ്രിയപ്പെട്ടവൻ. പറഞ്ഞിട്ടെന്ത്, അങ്ങേരുടെ മരണം വല്ലാത്തൊരു മണം തന്നെയായിരുന്നു. സാത്താന്റെ രൂപം പൂണ്ട് ഓരോരോ നേരങ്ങളിൽ ഓരോന്നങ്ങനെ കാട്ടിക്കൂട്ടിയതും പച്ചത്തെറികളുടെ ഭാണ്ഡമഴിച്ച് വിളിച്ചുകൂവിയതൊന്നും എനിക്ക് മറക്കാനാവില്ല. നിനക്കതു വല്ലതും അറിയ്യോ മോനേ?"

ആഷ്‌ലി പതുക്കെ ഇല്ല എന്ന് തലയാട്ടി.

"അവസാനം, സംസാരിക്കാനോ കൈകാലുകളനക്കാനോ കഴിയാതെ, കാണാൻ വരുന്നവരെയൊക്കെ ദയനീയമായി നോക്കി, കൊടും വേദന സഹിച്ച് ഞെരങ്ങിയും മൂളിയും കാലങ്ങളോളം കിടന്നു. സകലരുടെയും അതൃപ്തിയും പ്റാക്കും അവഗണനയും ഏറ്റുള്ള പുഴുത്തു

ചീഞ്ഞ മരണമായിരുന്നു അത്. ഒരു മനുഷ്യന് ഭൂമിയിൽ കിട്ടാവുന്ന ഏറ്റവും വലിയ ശിക്ഷ."

മനസ്സിൽ വലിയൊരു കുരിശുവരച്ച്, വെപ്രാളത്തോടെ ആഷ്‌ലി പറഞ്ഞു: "ഞങ്ങളെന്നും അങ്ങേക്കു വേണ്ടി പ്രാർത്ഥിക്കുന്നുണ്ടപ്പച്ചാ..."

"ആരു പ്രാർത്ഥിച്ചിട്ടും വലിയ കാര്യമൊന്നുമില്ല. എല്ലാം ഓരോ ഭാഗ്യ നിർഭാഗ്യങ്ങൾ... അല്ലാതെന്തു പറയാൻ...?"

ആശുപത്രി ബില്ലുകൾ മാത്രമല്ല, ചേട്ടത്തിമാരുടെ ഭർത്താക്കന്മാരായ കോശിക്കും സ്റ്റീഫനും ഫോൺ ബില്ലടക്കം എല്ലാം കൃത്യമായി കണക്കുപറഞ്ഞ് സുനില തിരിച്ചു കൊടുത്തു. പന്ത്രണ്ടായിരം രൂപ മാസ ശമ്പളത്തിന് ഒരു ഹോം നഴ്സിനെ ഏർപ്പാടാക്കി, യാത്ര ചോദിക്കുമ്പോൾ, പണ്ടൊന്നുമില്ലാത്തവിധം ലോപ്പസ് മൗനത്തിന്റെ താഴ്‌വാരങ്ങളിലൂടെ ദീർഘനേരം വ്യഥയോടെ സഞ്ചരിച്ചു. ദുഃഖിതനായുള്ള ആ നടത്തത്തിനു ശേഷം നന്നേ ക്ഷീണിതനായി, നിശ്ശബ്ദ നിലവിളിയുമായി അയാൾ കണ്ണ് തുടയ്ക്കുന്നത് ആഷ്‌ലി ശ്രദ്ധിച്ചു. വിതുമ്പലൊതുക്കി അപ്പച്ചന്റെ തോളിലേക്ക് ചാരി സുനിലയും രംഗം പരിശുദ്ധമാക്കി പരിവർത്തിപ്പിച്ചു. അന്നേരം, ആഷ്‌ലിയുടെ മനസ്സിലും വല്ലാത്തൊരു നനവു പടർന്നു. ഒരാഴ്ച കൂടി ലീവ് നീട്ടിയാലോ എന്നയാൾ ചിന്തിച്ചു.

രണ്ട്:

സുനിലയോട് അപ്പച്ചനുണ്ടായിരുന്ന ഇഷ്ടത്തിന്റെ കാൽഭാഗം പോലും അവൾക്ക് തിരിച്ചങ്ങോട്ടുണ്ടായിരുന്നുവോ എന്ന കാര്യത്തിൽ ആഷ്‌ലിയെപ്പോലെ അവൾക്കും ഇപ്പോൾ വലിയ സംശയം. അമ്മയുടെ മരണം കഴിഞ്ഞ് ഒരുവർഷം തികയും മുമ്പായിരുന്നു സുനില സൗദിയിലെത്തിയത്. അപ്പച്ചനെ തനിച്ചാക്കി താനെങ്ങോട്ടും പോകുന്നില്ലെന്ന കൗമാരക്കാരിയുടെ പിടിവാശി നിർവ്വീര്യമാക്കി ലോപ്പസ് പറഞ്ഞു: "അങ്ങനെയെങ്കിൽ നീയും സെലീനയും ലൈലയും തമ്മിലെന്താണ് മോളേ വ്യത്യാസം? ഒരേയൊരു ജീവിതം. അത് നല്ല രീതിയിൽ ആസ്വദിച്ചു കൊണ്ടുപോകണമെങ്കിൽ ചില ത്യാഗങ്ങൾ സഹിച്ചേ പറ്റൂ. അവസരങ്ങൾ ഒന്നും വെറുതെ കിട്ടില്ല. അതുകൊണ്ടുതന്നെ അതൊന്നും കളഞ്ഞു കുളിക്കരുത്. കളഞ്ഞാൽ പിന്നെ ഖേദിക്കേണ്ടിവരും."

ഇത്രയൊക്കെ അയാൾ ഊറ്റംകൊണ്ട് പറഞ്ഞെങ്കിലും ചിന്നമ്മയുടെ മരണത്തോടെയും സുനിലയുടെ അകൽച്ചയോടെയും ഏകാന്തതയുടെ കറുത്ത ളോഹയണിഞ്ഞ് ലോപ്പസ് വീട്ടിലൊതുങ്ങിക്കൂടി. പഴയകാല വീരശൂരത്വങ്ങളൊന്നും പിന്നീട് അയാളിൽ തലപൊക്കിയില്ല. ഉപദേശങ്ങൾക്കോ, നാട്ടുകാരുടെ സ്നേഹവാത്സല്യങ്ങൾക്കോ ഒരുകാലത്തും അയാൾ ചെവിക്കൊടുത്തിട്ടുമില്ല. തനിക്ക് തോന്നിയ പോലെ പലരെയും സഹായിച്ചും സ്നേഹിച്ചും ഭൂലോക സുഖിയനായി ലോപ്പസ് ആനന്ദിച്ചു. പണക്കാർക്കും അവരുടെ കുടുംബത്തിനും അനുകൂലമായി മാത്രം കാര്യങ്ങൾ തിരിഞ്ഞുമറിയുമ്പോൾ പള്ളിവികാരിയെ എതിർക്കാനും ന്യായങ്ങൾ നടപ്പിലാക്കാനും ലോപ്പസിന് ഒരു പ്രത്യേക പ്രാവീണ്യമുണ്ടായി

രുന്നു. അതിനുള്ള വഹകളെല്ലാം പാരക്കാട്ടിൽ കുര്യച്ചൻ എന്ന അപ്പൻ മുതലാളി ഉണ്ടാക്കിവെച്ചിരുന്നു. വർഷങ്ങൾക്കു മുമ്പാണത്. തെക്കു നിന്നും കുടിയേറിവന്ന ഒരുപറ്റം സത്യക്രിസ്ത്യാനികളുടെ നേതാവായിരുന്നു കുര്യച്ചൻ. ഏറനാടൻ മലയടിവാരങ്ങളിലെ ഭൂരിഭാഗവും അങ്ങനെയാണ് ചെറിയ വിലയ്ക്ക് അവർ സ്വന്തമാക്കി കൃഷി തുടങ്ങിയത്. അതിൽപ്പിന്നെ, ലോപ്പസ് എന്ന ഒറ്റ മകനെയും മോളിക്കുട്ടിയെന്ന സുന്ദരിയായ ഭാര്യയെയും കൊണ്ട് സ്വർഗ്ഗത്താഴ്‌വരയിലെ കുഞ്ഞാടുകളായി അവർ ജീവിച്ചുപോരുമ്പോഴാണ്, ഏക മകന്റെ അതിരുവിട്ട വിളയാട്ടങ്ങളുടെ പേരിൽ പലരിൽനിന്നും പലതും കേൾക്കേണ്ടിവന്നത്. അതിന്റെ അവസാനമായിരുന്നു ചിന്നമ്മയുടെ കൈ പിടിച്ച് ഒരു പാതിരാത്രിക്ക് ലോപ്പസ് വീട്ടിലേക്ക് കയറി വന്നത്.

കുര്യച്ചന്റെ അത്രയും കാലത്തെ എല്ലാ അദ്ധ്വാനവും മാനവും ആ ഒരു രാത്രിയിൽ കളവു പോയി. ഭർത്താവിന്റെ വാപൊത്തി, കൈയും കാലും പിടിച്ച് സംഭവം അമുക്കി നിർത്തിയത് മോളിക്കുട്ടി. അതിനാൽ, പിതാവും പുത്രനും തമ്മിലുള്ള യുദ്ധം മാലോകരറിയാതെ കഴിഞ്ഞു. അന്യന്റെ ഭാര്യയെ കാമിക്കുകയോ കൊതിക്കുകയോ ചെയ്യരുതെന്ന തിരുവചനത്തിന് ലോപ്പസ് അങ്ങനെ ചെറിയൊരു തിരുത്തൽ ഉണ്ടാക്കി. ആ കാര്യം മാത്രം വെച്ചു കൊണ്ടുതന്നെ കുര്യച്ചനും കുടുംബത്തിനും പള്ളിക്ക് വിലക്കേർപ്പെടുത്താമായിരുന്നു. പക്ഷേ, ആരും അങ്ങനെയൊരു നിർദ്ദേശം മുന്നോട്ടുവയ്ക്കുകപോലും ചെയ്തില്ല. പകരം ലോപ്പസിന്റെ ആർജ്ജവത്തെക്കുറിച്ചും പൗരുഷത്തെക്കുറിച്ചുമായി സംസാരങ്ങൾ. ആ നാട്ടുവർത്തമാനങ്ങളിലൂടെ അജയ്യനും അമാനുഷനുമായി പതുക്കെപ്പതുക്കെ ലോപ്പസ് കുര്യച്ചൻ വളർന്നു പന്തലിച്ചു.

പത്തൊൻപതു വർഷങ്ങൾക്കിപ്പുറം, ഇത്തവണത്തെ അവധിക്കാലയാത്രയിൽനിന്നാണ് ഈ പുതിയ ചരിത്രം ആഷ്‌ലിക്ക് കിട്ടുന്നത്. ഏറെ പ്രായോഗിക ബുദ്ധിയുള്ളവളും തന്റെ സൗന്ദര്യത്തെക്കുറിച്ചും കുടുംബബന്ധുബലത്തെക്കുറിച്ചും സാമ്പത്തിക ഭദ്രതയെക്കുറിച്ചും അപ്പച്ചനുള്ള അമിത വാത്സല്യത്തെക്കുറിച്ചും തികച്ചും ബോധമുള്ളവളായിരുന്നതു കൊണ്ടുമാവാം, ഇത്രയും കാലം പങ്കുവയ്ക്കാത്ത ഇക്കഥ ഇപ്പോൾ സുനില അയാളോട് പറഞ്ഞത്. ആഷ്‌ലിയെ സംബന്ധിച്ചിടത്തോളം അതൊന്നും അറിഞ്ഞിട്ടും അറിയാതിരുന്നിട്ടും വലിയ കാര്യമൊന്നും ഉണ്ടായിരുന്നില്ല. ഭർത്താവ് ഉപേക്ഷിച്ച, നാട്ടുകാരുടെയെല്ലാം മേരിയായിരുന്ന അമ്മച്ചിയുടെ തുന്നൽപ്പണികൊണ്ടും അയൽപക്ക വീടുകളിലെ ചെറുജോലികൾ കൊണ്ടും അരിഷ്ടിച്ചു ജീവിക്കുന്ന കുടുംബത്തിലെ ഉണക്ക മാന്തൾ പോലുള്ള ഒരുത്തനെക്കുറിച്ച് ആഷ്‌ലിക്കു തന്നെ ഒരു മതിപ്പും ഉണ്ടായിരുന്നില്ലല്ലോ? സുനിലയുടെ സൗന്ദര്യം ഒളികണ്ണിട്ടു നോക്കിയതല്ലാതെ, നേരിട്ടൊന്നുകാണാൻ പോലും അയാൾ ഒരിക്കലും ധൈര്യപ്പെട്ടിട്ടുമില്ലായിരുന്നു. അവളുടെ അപ്പച്ചന്റെ സ്വഭാവവും തജ്ജസ്വരൂപവുമായിരിക്കാം അയാളെ അത്തരം പ്രവൃത്തികളിൽനിന്നും വിലക്കി

യത്. നാട്ടിലുള്ള സകലമാന ചെറുപ്പക്കാരും സുനിലയെക്കെട്ടാൻ മത്സരിച്ചോടിയിട്ടും ഒരിഞ്ചുപോലും പിറകോട്ടുപോകാതെ, ആഷ്‌ലി സെബാസ്റ്റ്യൻ എന്ന യുവാവിനെത്തന്നെ മതിയെന്ന് സുനില ലോപ്പസിനോട് നേരിട്ട് പറയുകയാണെത്ര ഉണ്ടായത്. അതെന്തായിരുന്നു എന്ന് ഇന്നും അയാൾക്കറിയില്ല. ഒരുപക്ഷേ, അയാളിലെ പ്രണയത്തെയും വിധേയനെയും ആദ്യമായിക്കണ്ട നിമിഷംതന്നെ അവൾ വായിച്ചെടുത്തിരിക്കാം. സത്യത്തിൽ കർത്താവിങ്കൽ നിന്നുള്ള നല്ല ഒരു തീരുമാനം സുനില ലോപ്പസുവഴി തന്നെ പുണരുകയായിരുന്നു എന്ന് വിശ്വസിക്കാനാണ് ആഷ്‌ലിക്കിഷ്ടം.

"അച്ചായനെന്നായിപ്പറയുന്നത്? നമ്മൾ വേണ്ടതെല്ലാം അങ്ങ് ചെയ്തില്ലിയോ? ഇനിയിപ്പൊ, ഇവിടുന്നു കിട്ടുന്ന ഒന്നൊന്നര ലക്ഷവും കളഞ്ഞേച്ച് ഞാനവിടെയെത്തിയാൽ അപ്പച്ചനങ്ങ് സുഖം പൂണ്ട് എഴുന്നേറ്റോടുമോ? എങ്കിൽ ഞാനങ്ങ് പോയേക്കാം. ഇനി അതല്ല, ഞാനിവിടെ നിന്നും കുറ്റീം പറിച്ചോണ്ട് ചെല്ലേണ്ട താമസം, അങ്ങേരങ്ങ് തീർന്നാപ്പിന്നെ, ഞാനെന്നാ ചെയ്യും? വീണ്ടും സൗദിയിലോട്ട് തിരിച്ചുവന്ന് ഇച്ചായന്റെ ഫാര്യയായി ഈ മുറിക്കുള്ളിലിരുന്ന് നരകിക്കുകയോ? മിനിസ്ട്രി ഓഫ് ഹെൽത്തിലെ ഇത്രയും ഭേദപ്പെട്ട ജോലി നഷ്ടമായാൽ പിന്നെ ഈ ജന്മം മുഴുവൻ തപസ്സിരുന്നാലും അത് കിട്ടുമോ ഇച്ചായാ....?"

തിരിച്ചെത്തിയ നാൾ മുതൽ അവൾ വീണ്ടും വാചാലയായി ആഷ്‌ലിക്കിട്ട് കൊട്ടാൻ തുടങ്ങി: "നമ്മെക്കൊണ്ടു കഴിയുന്നതെല്ലാം നാം ചെയ്തു കഴിഞ്ഞു. രാവും പകലും അപ്പച്ചനെ നോക്കാൻ ഒരു നഴ്സ്. വീടുപണി ചെയ്യാൻ വേറൊരുത്തി. ദിവസവും മൂന്നു നേരവും നമ്മൾ വിളിച്ചു വിവരങ്ങൾ അന്വേഷിക്കുന്നു... ഇതുതന്നെ ഇന്നത്തെക്കാലത്ത് അത്ഭുതമല്ലേ? പിന്നെ, അമ്മച്ചി മരിച്ച് വർഷങ്ങളോളം ഒരു പ്രയാസവുമില്ലാതെ പുള്ളിക്കാരൻ ലാവിഷായി ജീവിച്ചില്ലിയോ? ഇപ്പോഴല്ല, കിടപ്പിലായത്? അങ്ങേർക്കും വയസ്സായില്ലേ ഇച്ചായാ?"

ലോപ്പസിന്റെ പുന്നാരമോളുടെ നിർത്തിപ്പൊരിക്കുന്ന ചോദ്യങ്ങൾക്ക് മൗനം കൊണ്ട് മറുപടി പറഞ്ഞ്, കൈയിലെ പത്രത്താളുകളിലെ സ്ത്രീ പീഡനക്കഥകൾ കണ്ടുപിടിക്കാൻ ശ്രമം നടത്തുകയായിരുന്നു ആഷ്‌ലി. സംസാരത്തിന്റെ ശൗര്യം ഇത്തിരി അയഞ്ഞ് അവൾ ഇത്രയുംകൂടി അയാൾക്കുമേൽ ചൊരിഞ്ഞു: "അപ്പച്ചന്റേം അമ്മച്ചീടേം കാലം കഴിഞ്ഞില്ലിയോ? ഇനി, മക്കൾക്കുവേണ്ടി വല്ലതും ഉണ്ടാക്കുകയാണ് മനുഷ്യാ നമ്മൾ ബുദ്ധിപൂർവ്വം ചെയ്യേണ്ടത്. അല്ലാതെ, രോഗശയ്യയിൽ കിടക്കുന്ന അവരുടെ അരികിലിരുന്ന് സങ്കടപ്പെട്ടും കരഞ്ഞും വെറുതെ കാലം കഴിക്കുകയല്ല."

"മറ്റു രണ്ടുപേരും പഠിക്കാൻ ഭയങ്കര മടിച്ചികളായതോണ്ടും ഇച്ചിരി വെളച്ചിൽ കൂടിയതുകൊണ്ടും അപ്പച്ചനവരെ നേരത്തെയങ്ങ് കെട്ടിച്ചു വിട്ടു. കുറച്ച് പ്രാക്ടിക്കലും സിസ്റ്റമാറ്റിക്കലും അപ്പച്ചൻ രീതിയുള്ളവരും ആയതുകൊണ്ട് എന്റെ ജീവിതം അപ്പച്ചനങ്ങ് വല്ലാതെ ഇഷ്ടമായി. ആ

ഒരൊറ്റ കാരണമാ എന്നെ മറ്റുള്ളവരുടെയൊക്കെ ശത്രുവാക്കിയതും... എന്താ, ശരിയല്ലേ?"

"അവർക്ക് കിട്ടിയതിനേക്കാൾ ഒരു മൂന്നരക്കോടിയെങ്കിലും ഇപ്പോഴത്തെ മതിപ്പുവില വെച്ചു നോക്കുമ്പോൾ നിനക്കുണ്ടാവും...."

മറ്റൊന്നും ചിന്തിക്കാതെ അവളെ ചെറുതായൊന്ന് ചൂടാക്കാൻ വേണ്ടി ആഷ്ലി പറഞ്ഞതും അവൾ ചാടിവീണു: "നേരാണത്... അപ്പച്ചന്റെ സ്വന്തം ഇഷ്ടത്തിനാ ആ വീടും വളപ്പും എന്റെ പേരിലെഴുതിവെച്ചത്. വേണ്ടാ, വേണ്ടാന്ന് ഞാനെത്രതവണ പറഞ്ഞതാ. അങ്ങേരത് അങ്ങനെ ചെയ്തതുകൊണ്ടല്ലേ മനസ്സമാധാനം നഷ്ടപ്പെടുത്തുന്ന ഇപ്പോഴത്തെ എല്ലാ പ്രശ്നങ്ങളും..."

ഇത്തരം ചർച്ചകളും ഉപചർച്ചകളും കൊണ്ട് സമ്പന്നമായിത്തീർന്നു അവരുടെ ഓരോ ദിവസത്തെയും ഇടവേളകൾ. ജോലി കഴിഞ്ഞെത്തിയാൽപ്പിന്നെ, തട്ടിമുട്ടി സുനിലയുടെ തിരിച്ചുപോക്ക് ചർച്ചയിലേക്കുതന്നെ ആഷ്ലിയുടെ മനസ്സ് പാഞ്ഞു. ഒരുറച്ച തീരുമാനമെടുക്കാനാവാതെ, അയലിൽ കയറിയ കോഴികളെപ്പോലെ അവർ ആടിയുലഞ്ഞു. ശത്രുരാജ്യങ്ങളിലെ അതിർത്തി സൈനികരായി ഒരു കാര്യവുമില്ലാതെ പോരടിച്ചു. പിണങ്ങിയും ഇണങ്ങിയും കൂട്ടിയും കിഴിച്ചും ചൂടായും ഒതുങ്ങിയും മെരുങ്ങിയും അഞ്ചാറുമാസങ്ങൾ, അവസാനം, കർത്താവിന്റെ കൃപാകടാക്ഷം കൊണ്ടോ ആർദ്രമായ പ്രാർത്ഥന കൊണ്ടോ ലോപ്പസ് കുര്യച്ചൻ പണ്ടെങ്ങാണ്ടോ ചെയ്ത ചെറുതിരി നന്മകൊണ്ടോ ആവാം, ഒരു രാത്രിയുറക്കത്തിൽ ഏതോ ഒരുൾവിളിയെന്നോണം സുനില ഞെട്ടിയുണർന്നതും അവളുടെ മനസ്സ് മാറി. ആ നിമിഷംതന്നെ, അസമയമായിട്ടുകൂടി അവൾ ആഷ്ലിയെ വിളിച്ചുണർത്തി, ലൈറ്റിട്ട്, സ്നേഹത്തോടെ പറഞ്ഞു: "നേരാണിച്ചായാ, ഈ വർഷം അലൈന മോളെ നാട്ടിലെ സ്കൂളിൽ ചേർക്കണം. മോനും ഇപ്പോൾ നാട്ടിലാണല്ലോ. അപ്പൊപ്പിന്നെ, ഇനിയുള്ള കാലം നാട്ടിൽ നില്ക്കുക തന്നെ വേണം. മക്കളെ നാട്ടിലിട്ടേച്ച് ഞാനിവിടെ നില്ക്കുന്നത് ശരിയല്ല. അമ്മയും അച്ഛനുമില്ലാതെ അവരവിടെ വളർന്നാൽ ശരിയാവത്തില്ല... ഇത്രയും കാലം സമ്പാദിച്ചതുതന്നെ ധാരാളം..."

ആഹ്ലാദിക്കാനോ എതിരുപറയാനോ ആവാതെ, ഏറെ വൈകിയാണെങ്കിലും ഇത്തരമൊരു തീരുമാനമെടുത്ത അവളുടെ തിളങ്ങുന്ന കണ്ണുകളിലേക്ക് അയാൾ സൂക്ഷിച്ചു നോക്കി, ചിരിയോടെ ചോദിച്ചു: "ഇനിയും പുനരാലോചന വേണ്ടിവരുമോ ഭവതീ...?"

"ഇല്ലേയില്ല. കർത്താവാണേ സത്യം. അച്ചായൻ പറഞ്ഞതാ ശരി, അത്യാർത്തിക്കും ഒരതിരൊക്കെ വേണം. അതുകൊണ്ട് ഞാനാ തീരുമാനത്തിൽ ഉറച്ചുനില്ക്കുന്നു. നോക്കിക്കോ, ഇന്നുതന്നെ രാജിക്കത്ത് സമർപ്പിക്കും. ഈ സുനില ലോപ്പസ്. ഷുവർ. ഗീവർഗീസ് പുണ്യാളനാണേ... സത്യം... സത്യം..."

"അപ്പോ ഈയുള്ളവന്റെ കാര്യം പറ്റെയങ്ങ് മറന്നുവല്ലേ പുണ്യാ

ളത്തീ...?”

“ദേ സാത്താനെ വിട്ട് വീണ്ടും എന്നെ കുഴപ്പത്തിച്ചാടിക്കല്ലേ ഇച്ചായാ...” എന്നും പറഞ്ഞ് അയാളുടെ മേലേക്ക് അവൾ ചാടിവീണതും സുനിലയുടെ മൊബൈൽ പാടി: ‘ഇസ്രായേലിൻ നാഥനായ് വാഴും ഏക ദൈവം... സത്യ ജീവ മാർഗ്ഗമാണു ദൈവം...”

ബ്ലാങ്കറ്റ് തള്ളിമാറ്റി, പേടിയോടെ പരസ്പരം നോക്കി, ഫോണെടുക്കാൻ ഭയന്ന്, ആ മുറിക്കുള്ളിൽ അവർ നിശ്ചലരായി.

2

ഇടമൗനങ്ങൾ മുറിയുന്നത്

ദുരഭിമാനത്തിൽ കുഴച്ചെടുത്ത് സ്വാർത്ഥതയുടെ ചൂളയിൽ കിടന്നു പതം വന്നവരായിരുന്നു പാരമ്പര്യത്തിന്റെ പരുക്കൻ ജനിതകതയിലൂടെ ഉരുവംകൊണ്ട്, പരസ്പരം പോരടിച്ചു ജീവിച്ചുകൊണ്ടിരിക്കുന്ന പാവങ്ങൾ. ആരുടെ ചോരയിലാണ് ദുരഭിമാനത്തിന്റെ അളവ് കൂടുതലെന്ന് ഞങ്ങളെല്ലാവരും പരസ്പരം സംശയിച്ചു. ബുദ്ധിയുറച്ച കാലംതൊട്ടു തന്നെ എന്നേക്കാൾ ഒരു വയസ്സിന് ഇളപ്പമുള്ള ഉദയനിലാണ് ആ മഹത്തായ സംഗതി കൂടുതലുള്ളതെന്ന് എനിക്ക് മനസ്സിലായിരുന്നു. അന്നുമുതൽ പോരിന്റെ വലിയൊരു മരമായി ഞങ്ങൾക്കിടയിൽ അവനുണ്ട്.

കുട്ടിക്കാലത്ത് ഞാനും ഉദയനും കലഹിക്കുമ്പോൾ പിണക്കം തീർത്ത്, പെരുംകലിപ്പുമായിരിക്കുന്ന എന്റെ ചെവിയിൽ അമ്മ മന്ത്രിക്കും: "നീരുറവ മേല്പോട്ടൊഴുകില്യാന്നറിയില്ല്യേ കുട്ടാ, നിനക്ക്?"

അമ്മ പറഞ്ഞതുപോലെ സ്നേഹത്തിന്റെ ആ ഉറവ ഈ അൻപത്തിരണ്ടു വയസ്സിനിടയിൽ ഒരൊറ്റത്തവണ പോലും മുകളിലോട്ട് ഒഴുകി വന്നിട്ടില്ല. ഇനി വരാനും സാദ്ധ്യത കാണുന്നില്ല.

"ഇത് അവസാനത്തെ കീഴടങ്ങലാവും. ഇതുകൂടി കഴിഞ്ഞാ, നിങ്ങളാ പടികേറണ്ട. സാരല്ല്യ, നമ്മുടെ മോൾക്ക് വേണ്ടിയല്ലേ? അവർക്കും രണ്ടു പെൺകുട്ട്യാളുണ്ടല്ലോ?"

"ഹരിയേട്ടനും മുരളിയേട്ടനും നീയും ഒന്നു കടുപ്പിച്ചു പറഞ്ഞാൽ ഉരുകുന്ന ആളാ ഞാൻ. എത്ര പിടിവാശിയുണ്ടെങ്കിലും ഇതിനു മുമ്പൊക്കെ ഞാനങ്ങനെ എത്രയോ തവണ നിങ്ങളെ അനുസരിച്ചിട്ടുമുണ്ട്. പക്ഷേ, ഈ കാര്യത്തിൽ എനിക്കൊരു ഉറച്ച തീരുമാനം ഉണ്ട്. അതിനി മാറ്റിമറിക്കാൻ ആരും നോക്കണ്ട. വിനയനും ചില തിട്ടൂരങ്ങളൊക്കെ ഉണ്ടെന്ന് അവസാന കാലത്തെങ്കിലും ആളുകൾ പറയട്ടെ. ഇന്ന

ത്തെക്കാലത്ത് ഇതൊക്കെയല്ലേ കേമത്തം?"

ഒന്നും മറുത്തു പറയാതെ ഹൈമവതി എന്നത്തെയും പോലെ സിറ്റൗട്ടിലെ ഗ്രാനൈറ്റ് തിണ്ണയിൽ തലതാഴ്ത്തിയിരുന്നു.

"ഒന്നാന്തരം വലിപ്പവും സൗകര്യവുമുള്ള വീട്. വിശാലമായ മുറ്റം. വീടിനു ചുറ്റും കുളിർമ്മയോടെ തലയുയർത്തി നില്ക്കുന്ന വന്മരങ്ങൾ. ഈ സൗകര്യങ്ങളൊക്കെ ഒരേയൊരു മോളുടെ വിവാഹത്തിനെങ്കിലും നമ്മൾ ഉപയോഗിക്കണ്ടേ? ഇല്ലെങ്കിൽ വെറുതെയാവില്ലേ ഈ വീട്? കല്യാണമണ്ഡപങ്ങളിൽ നടക്കുന്ന വിവാഹങ്ങൾക്ക് വല്ല സുഖവും സംതൃപ്തിയും കിട്ടോ ഹൈമവതീ"

"അതൊക്കെ നേര്. ന്നാലും ഇൻവിറ്റേഷൻ കാർഡിൽനിന്നും ഉദയന്റേയും ശ്യാമളേടേം പേരൊഴിവാക്കിയതും അവരെ ക്ഷണിക്കാത്തതും ഓർക്കുമ്പഴാ എനിക്കൊരു വിഷമം?"

"വെഷമോ? നിനക്കോ? എട്ടത്തിയമ്മ ഞങ്ങൾടെ കാര്യത്തിലൊന്നും ഇടപെടേണ്ടെന്ന് നാലാളുകേൾക്കെ പറഞ്ഞവളല്ലേ അവന്റെ ഭാര്യ. ഒരു നിസ്സാര കാര്യത്തെച്ചൊല്ലി ഞാൻ പറഞ്ഞ അഭിപ്രായം കേട്ട് തന്നെ നിയന്ത്രിക്കാൻ ഏട്ടൻ മെനക്കെടേണ്ടെന്ന് അമ്മയുള്ള കാലത്തുതന്നെ പറഞ്ഞ് ബഹളമുണ്ടാക്കിയതും അവളല്ലേ? മുരളിയേട്ടന്റെ ഭാര്യയോ ഹരിയേട്ടന്റെ ഭാര്യയോ ആയിരുന്നെങ്കിൽ മൂത്തവരല്ലേന്ന് കരുതി സഹിക്കാമായിരുന്നു. നിനക്കറിയല്ലേ, പഴയ ആ കഥയൊക്കെ? എത്ര തവണ ഞാനത് നിന്നോട് അലക്കിയതാ. അതൊന്നും നിനക്ക് ഓർമ്മ കാണില്ല. ശ്യാമളയ്ക്കാവട്ടെ, വേണ്ടതൊന്നും ഓർമ്മയില്ലെങ്കിലും വേണ്ടാത്തതൊക്കെ മനസ്സിലുണ്ടാവും. സന്ദർഭം വരുമ്പോ രണ്ടാളും കൂടി അതൊക്കെയെടുത്തങ്ങ്ട്ട് ചുഴറ്റും..."

"ഉദയന്റെ കല്യാണക്കത്തടിക്കുമ്പോൾ അച്ഛൻ സ്ഥാനത്തുള്ള ഹരിയേട്ടന്റെ പേര് ഒഴിവാക്കരുതെന്ന് നമ്മളെത്ര തവണ പറഞ്ഞു? അതവൻ കേട്ടോ?"

"ഇല്ല. അതൊക്കെ എനിക്കും നല്ല ഓർമ്മയുണ്ട് കുട്ടേട്ടാ. ഹരിയേട്ടനോട് അൻപതിനായിരം കടം ചോദിച്ചിട്ട് അത്തവണ കൊടുത്തില്ല. അന്നാവട്ടെ, മുരളിയേട്ടനും ഹരിയേട്ടനും പോരടിച്ച് നടക്കുകയുമായിരുന്നു. മുരളിയെ സ്വാധീനിക്കാൻ ഹരിയേട്ടനെ തള്ളിപ്പറഞ്ഞു. അല്ലാതെന്ത്?"

"ആ ഹരിയേട്ടനല്ലേ, ഇന്നിപ്പോൾ അവരുടെ പല പ്രശ്നങ്ങളും പരിഹരിച്ചുകൊണ്ട് ഉളുപ്പില്ലാതെ ശ്യാമളേടെ പിന്നാലെ മണ്ടിപ്പാഞ്ഞു നടക്കുന്നത്?"

"അതുവ്വ്. ന്നാലും അങ്ങനെയൊന്നും പറയാതെ."

"നമ്മളായിട്ടെന്തിനു പറയാതിരിക്കണം? വീടിന്റെ പാലുകാച്ചിന് മുരളിയേട്ടനെ വിളിച്ചോ അവൻ? അന്നും നമ്മളെത്ര തവണ പറഞ്ഞു. ഒന്ന് വിളിക്ക് ഉദയാന്ന്."

"ഞാനും കരഞ്ഞുപറഞ്ഞതാ... ഏട്ടത്തിയമ്മ ഇക്കാര്യത്തിലിടപെ

ടണ്ടാന്നല്ലേ അന്നവൻ പറഞ്ഞത്?"

"ശ്യാമള പറഞ്ഞ വാക്ക് ഓർമ്മയുണ്ടോ തനിക്ക്?"

"ഉണ്ടാവാണ്ടിരിക്ക്വോ?"

"ഒരിക്കലെങ്കിലും ഒരു പകരം വീട്ടലുണ്ടായാലേ മുരളിയേട്ടൻ പഠിക്കൂന്നല്ലേ? അവര്ക്ക് ആവശ്യം വരുമ്പളക്കും ആ പകയൊക്കെ ഭസ്മമാക്കി ഇണക്കിയെടുക്കാൻ ശ്യാമളക്കാവും എന്നല്ലേ?"

"എന്താ ശരിയല്ലേ, അവൾ വിചാരിച്ചപോലെ രണ്ടേട്ടന്മാരും കീഴടങ്ങി അങ്ങോട്ട് ചെന്നില്ലേ? ഇങ്ങനെ എത്രയോ തവണ ഞാനും ഒതുങ്ങിക്കൊടുത്തിട്ടില്ലേ? അതൊക്കെ എന്റെ ദൗർബല്യമായി കാണുകയാണവർ. ഇനി വയ്യ ഹൈമവതി എനിക്കിങ്ങനെ നാണം കെടാൻ. ഒരിക്കലെങ്കിലും അവനു ഒരു ഷോക്ക് നിർബ്ബന്ധമാണ്. താഴെള്ളോനാന്ന് കരുതി എത്രാച്ചിട്ടാ മനുഷ്യനിങ്ങനെ സഹിച്ചൊതുങ്ങിക്കൊടുക്കുക?"

കുടിച്ചുതീർത്ത ചായ ഗ്ലാസെടുത്ത് നേരിയ ദുഃഖത്തോടെ ഹൈമവതി അകത്തേക്ക് പോയി. പുറത്ത് വെയിൽ ആറിത്തുടങ്ങി വരികയാണ്. വാഴത്തോട്ടങ്ങൾ താണ്ടി, വന്മരങ്ങൾക്കിടയിലൂടെ നീരുറവയുതിരുന്ന കാറ്റ് പാറി വന്നുകൊണ്ടിരുന്നു. നേർപെങ്ങൾ ലതികയുടെ മകൾ മൃദുലയെക്കുറിച്ച് പറഞ്ഞ ചില മോശം വാക്കുകൾ കൊണ്ടാണ് അവസാനമായി അവൻ ഹൃദയത്തെ കുത്തിമുറിവേല്പിച്ചത്. ആളുകൾക്കിടയിലാണെന്നൊന്നും നോക്കാതെ ഉദയനിട്ടൊന്നു കൊടുക്കാനോങ്ങിയതായിരുന്നു, സുഹൃത്തുക്കളിലാരോ ചാടിവീണു പിടിച്ചതുകൊണ്ട് രണ്ടാളും രക്ഷപ്പെട്ടു. ലതികയുടെ ഭർത്താവ് രാഘവൻ പുഴയൊഴുക്കിൽപ്പെട്ട് മരണപ്പെടുമ്പോൾ മൃദുലയുടെ ജീവൻ അവളുടെ വയറ്റിൽ ഊറി വരുന്നതേ ഉണ്ടായിരുന്നുള്ളൂ. അവളെയും മക്കളെയും തറവാട്ടിലേക്ക് കൂട്ടിക്കൊണ്ടുവന്ന് വേണ്ടതെല്ലാം ചെയ്തത് ഞങ്ങൾ മൂന്നുപേരുമാണ്. ഉദയൻ നിസ്സംഗനായി ഒരു സഹായവും ചെയ്യാതെ പതിവുപോലെ പോരടിച്ചു. തറവാട്ടു സ്വത്തിൽ തനിക്കു കിട്ടാനുള്ളതിൽനിന്ന് വല്ലതും കുറയുമോ എന്നായിരുന്നു അവന്റെ ഭയം. വർഷങ്ങൾക്കിപ്പുറം ആ പേടി അവനൊപ്പമുണ്ട്. അതുകൊണ്ടാണ് മൃദുല ഒരു ആട്ടക്കാരിയാണെന്ന് അവൻ മൊഴിഞ്ഞത്.

ഒറ്റവാക്കേ, ക്ഷോഭത്തോടെ പറഞ്ഞതുള്ളൂ: "മൃദുലയെക്കുറിച്ച് ഇനിയെന്തെങ്കിലും മിണ്ടിയാൽ കൊല്ലും നിന്നെ ഞാൻ..."

പിന്നെ, ആ മുഖത്തേക്ക് നോക്കിയിട്ടേയില്ല. വഴിയരികിൽ വെച്ചെങ്ങാനും കണ്ടാൽ ജാള്യതയോടെ അവൻ തിരിഞ്ഞുനടക്കും. ഒന്നു മിണ്ടിക്കൂടെ സഖാവേ, എന്ന് വിളിച്ചു ചോദിച്ചാലോ എന്ന് പലപ്പോഴും തോന്നിയിട്ടുണ്ട്. വർഷങ്ങളായി ഇടമൗനങ്ങൾ മുറിക്കുന്നതും ഞാൻ തന്നെയായിരുന്നുവല്ലോ? ദൈവമാണേ സത്യം ഇത്തവണ ഒരു വിട്ടുവീഴ്ചയ്ക്കുമില്ല. ഉദയനും ശ്യാമളയുമില്ലാതെയും എന്റെ മോളുടെ വിവാഹവും നടക്കും. ഉദയൻ പണ്ടു പറഞ്ഞിരുന്നതുപോലെ ആർക്കാണെങ്കിലും ഒരു പകരംവീട്ടലെങ്കിലും തിരിച്ചു കൊടുത്തില്ലെങ്കിൽ നമ്മുടെ ജീവിതവും

വെറുതെയാവില്ല.

"ദാ മോളു വിളിക്കുന്നു" ഹൈമവതി ഫോൺ നീട്ടി.

"ആ മോളെ എന്തൊക്കെ?"

"അച്ഛാ വിചാരിച്ചപോലെ ഇന്നോ നാളെയോ വരാൻ പറ്റുമെന്ന് തോന്നുന്നില്ല. ഷൂട്ടിങ് കംപ്ലീറ്റ് ചെയ്യാൻ ഈയാഴ്ച കൂടി ഇവിടെ തങ്ങേണ്ടിവരും."

"ഉം... ആദർശ് നാട്ടിലെത്തിയിട്ട് ഒരാഴ്ചയായി... നിന്നെ വിളിച്ചിരുന്നോ?"

"ഉവ്വ്... പുതിയ കോൺട്രാക്ടൊന്നും സൈൻ ചെയ്യരുതെന്നും ആരോടും കമ്മിറ്റഡ് ആവരുതെന്നും പറഞ്ഞു. ഓക്കെ, അപ്പൊ ഞായറാഴ്ച കാണാം..."

"ഇപ്പോഴത്തെ കാലത്തെ കുട്ട്യാൾഡെ ഒരു കാര്യേയ്... തിങ്കളാഴ്ച നടക്ക്ണ കല്യാണത്തിനു വധു ഞായറാഴ്ച വൈകീട്ട് എത്താന്ന്..."

ഹൈമവതി ഖേദത്തോടെ നോക്കി, ഫോൺ തിരിച്ചുകൊടുത്തു.

"നമ്മുടെ കാലത്തെപ്പോലെയാണോ ഇപ്പത്തെ കാലം? ഇന്നത്തെക്കാലത്ത് എല്ലാ മനുഷ്യമ്മാരും ഇങ്ങനെയൊക്കെ തന്നെ. മാപ്പു പറയേണ്ടിടത്ത് കാലു പിടിച്ചും ചെയ്ത ദ്രോഹങ്ങളൊക്കെ ബോധപൂർവ്വം മറന്നും രാഷ്ട്രീയക്കാരേക്കാൾ ഗംഭീരമായി നാടകം കളിക്കുകയല്ലേ എല്ലാവരും? ജീവിക്കാൻവേണ്ടി ഏതു വേഷവും കെട്ടാൻ ആർക്കും ഒരു മടിയും ഉളുപ്പുമില്ലാത്ത കാലം..."

ഹൈമവതി പറഞ്ഞതിന്റെ പൊരുളെന്താണെന്ന് ആലോചിച്ചുകൊണ്ട് മറുത്തൊന്നും പറയാതെ ഞാനവിടെത്തന്നെ അക്ഷമനായി ഇരുന്നു.

ഞായറാഴ്ച പുലർന്നതുതന്നെ ആരവങ്ങളോടെയാണ്. വിവാഹത്തലേന്നുണ്ടാവുന്ന എല്ലാ വെപ്രാളങ്ങളുമായി ഞാനും ഹൈമവതിയും കുടുംബങ്ങളും ആരതിയെക്കാത്തു. രാവിലെ ആറുമണിക്കുതന്നെ പുറപ്പെടുമെന്നാണ് പറഞ്ഞിരുന്നത്. പക്ഷേ, പത്തുമണി കഴിഞ്ഞിട്ടും ഫോൺ സ്വിച്ച്ഡ് ഓഫാണ്. എന്തുപറ്റി ആരതിക്കെന്ന് എത്ര ചിന്തിച്ചിട്ടും ആർക്കും ഒരെത്തും പിടിയും കിട്ടിയില്ല. ഇനി, സീരിയൽ രംഗത്തെ പലരുമായുണ്ടായിരുന്ന ബന്ധം വല്ല പ്രേമത്തിലോ ഒളിച്ചോട്ടത്തിലോ കലാശിച്ചുവോ എന്ന ഞെട്ടലുണ്ടാക്കുന്ന ഒരു ചോദ്യം ഹൈമവതിയുടെ മിഴികളിലും എന്റെ കണ്ണുകളിലും ഒന്ന് ശ്രദ്ധിച്ചാൽ ആർക്കും വായിച്ചെടുക്കാം. ഞങ്ങൾ രണ്ടു പേരും പരസ്പരം നോക്കുകയല്ലാതെ, മറ്റൊന്നും മിണ്ടിയില്ല. പകരം വന്നു കയറുന്ന ബന്ധുമിത്രാദികളെ ഉള്ളിലൊളിപ്പിച്ച ആധിയുമായി സ്വീകരിച്ചു. എല്ലാവരുടെയും മനസ്സിൽ ആളലിനു മുമ്പുള്ള തീയെരിഞ്ഞു കത്താൻ തുടങ്ങിയിരുന്നു.

"ഇന്നോ ഇന്നലെയോ നിന്നെയവൾ വിളിച്ചിരുന്നോ മോളേ?"

ചോദിച്ചത് മൃദുലയോട് ആയിരുന്നുവെങ്കിലും ഉത്തരം പറഞ്ഞത് ലതികയായിരുന്നു: "ഇന്നലെ രാത്രി അവറ്റ രണ്ടും കൂടി കുറേനേരം

സംസാരിച്ച് ചിരിച്ചത് എന്തിനായിരുന്നുവെന്ന് എനിക്കറിയില്ലേട്ടാ..."

ലതികയുടെ സംസാരത്തിൽ തൃപ്തനാവാതെ വീണ്ടും മൃദുലയെ വിളിക്കാൻ ശ്രമിക്കുമ്പോഴാണ് ടൊയോട്ട ഫോർച്യൂണർ മുറ്റത്തേക്കിറങ്ങി വരുന്നതു കണ്ടത്. മനസ്സിലേക്ക് ഒരിടിവാൾ നടുക്കത്തോടെ മിന്നിക്കയറി. കോപം അടക്കാനാവാതെ കലിതുള്ളി വാഹനം തിരിച്ചുവിടാൻ കല്പിക്കണോ അതോ സ്നേഹാർദ്രതയോടെ സ്വീകരിക്കണോ എന്നറിയാതെ ഒരു നിമിഷം നിശ്ചലനായി, എല്ലാവരേയും ഞെട്ടിച്ചുകൊണ്ട് ഉദയനും ശ്യാമളയും നിർലജ്ജം ചിരിച്ചുകൊണ്ട് പുറത്തിറങ്ങി. സിനിമാതാരങ്ങളെ കണ്ട ജനക്കൂട്ടംപോലെ കുടുംബങ്ങളെല്ലാം സകല വൈരവും മറന്ന് അവർക്കരികിലെത്തി. ബിസിനസ് ഡീലിങ്ങിനെത്തിയ സൂത്രശാലിയായ മുതലാളിയെപ്പോലെ യാതൊരു വൈക്ലബ്യവുമില്ലാതെ ഉദയൻ എനിക്കരികിലേക്ക് നടന്നുവന്ന് എന്തെങ്കിലും പറയാൻ വാ തുറക്കുന്നതിനു മുമ്പായി സ്നേഹത്തോടെ കെട്ടിപ്പിടിച്ച്, വിതുമ്പലോടെ പറഞ്ഞു.

"ഈ നല്ല ദിവസം ഒന്നും എതിരു പറയരുതേട്ടാ... പണ്ടത്തെപ്പോലെ ഏട്ടന്റെ ഒരു വിളിക്കുവേണ്ടി ഞാൻ കുറേ കാത്തിരുന്നതാണ്... അതുണ്ടായില്ല. അതോണ്ട് മാപ്പാക്കണം കുട്ട്യേട്ടാ... മാപ്പ്... മാപ്പ്..."

ഭൂമിക്കടിയിൽനിന്നും കുളിരാർന്ന തെളിനീരുറവ പൊട്ടിയൊലിച്ച് മുകളിലേക്കൊഴുകിവന്നു. കാല്പാദം നനഞ്ഞു കുതിർന്നു. നീരുറവത്തണുപ്പ് പതുക്കെപ്പതുക്കെ ശരീരമൊന്നടങ്കം വ്യാപിച്ചുകൊണ്ടിരിക്കേ ഞാൻ പഴയ വിനയനായി മാന്ത്രികതയിലെന്നവണ്ണം നല്ല ഫോമിലേക്ക് ഉയർന്നു. അതോടെ വീട്ടിലുള്ളവരുടെയെല്ലാം ഉള്ളിൽ ആനന്ദത്തിന്റെ റിങ്ടോണടിക്കുന്നത് കേട്ടു. മെയ്‌വഴക്കം വന്ന നാടകനടിയെപ്പോലെ ശ്യാമള വിനീതവിധേയയായി മുന്നിലേക്കുവന്നു. ഉദയനെയും ശ്യാമളയെയും സ്നേഹത്തോടെ ഇരുഭാഗങ്ങളിലായി ചേർത്തുപിടിച്ചു ഞാൻ അഭിമാനത്തോടെ പറഞ്ഞു: മതി. എനിക്കിന്ന് ഇരട്ടി മധുരമായി... പക്ഷേ,?"

"അതെന്താ ഏട്ടാ... ഒരുപക്ഷേ,?"

"ആരതി ഇതുവരെ എത്തിയില്ലല്ലോന്ന് ആലോചിക്കുമ്പോ..."

അത്രയേ പറഞ്ഞതുള്ളൂ. അതിനിടയിൽ ഉദയൻ പറഞ്ഞു: "ഏട്ടന്റെ കാഴ്ച പിന്നെയും കുറഞ്ഞോ? ദേ, ആ നില്ക്കുന്നത് ആരതിയല്ലേ?"

നോക്കുമ്പോൾ അവൾ എട്ടത്തിയമ്മമാരുടെയും കുട്ടികളുടെയും ഇടയിലൂടങ്ങനെ ചിരിച്ചുകളിച്ച്...

"മോളേ ആരതി....?" ഞാൻ സ്വരം ഇത്തിരി കനപ്പിച്ചു വിളിച്ചു.

വിളി കേട്ടതും അവൾ ഓടിയെത്തി. ചിരിയോടെ പറഞ്ഞു: "സോറി യച്ഛാ... മൊബൈലിലെ ചാർജ്ജു തീർന്നതുകൊണ്ട് സംഭവിച്ചതാ. പിന്നെ ചെറിയൊരു സസ്പെൻസുകൂടി ആവട്ടേന്നും കരുതി..."

രക്തയോട്ടത്തിന്റെ വേഗത അമിതമായി ഒന്നുയർന്നെങ്കിലും വിസ്മയത്താൽ പെട്ടെന്നു താണിറങ്ങിത്തണുത്തു. അലിവു പടർന്ന ആർദ്രത

തലയിലേക്ക് അരിച്ചുകേറി. ആഹ്ലാദത്തോടെയും വാത്സല്യത്തോടെയും ആരതിയെ അടുപ്പിച്ചു നിർത്തി ഉമ്മ വെച്ചതും വശീകരണ ഗന്ധവുമായി ശ്യാമളയുടെ ഒരു വഴുവഴുപ്പൻ സ്വരം കാതിൽ പതുങ്ങിയ ഒച്ചയിൽ വന്നു വീണു:

"ദേ, നൈല നില്ക്കുന്നതു കണ്ടില്ലേ? അടുത്തയാഴ്ചയാ അവളുടെ വിവാഹനിശ്ചയം."

3

ദേശായനം

എല്ലാ മാസാന്ത്യയാത്രകളിലേയും ചർച്ചകൾക്കു തുടക്കംകുറിക്കാറുള്ള സൽമാൻ റാഷിദ് തന്നെ ഇത്തവണയും ടൊയോട്ട ഫോർച്യൂണറിലെ സുഖശീതളിമയിലും യാത്രയുടെ ലഹരിയിലും നുരച്ചാർത്ത് ഞങ്ങൾ നാലു പേരോടായി ചോദിച്ചു. “മനുഷ്യജീവിതത്തിലെ ഏറ്റവും മഹത്തായ കാര്യമേതാണ്?”

ഞങ്ങൾ, മഹാനഗരത്തിലെ മലയാളി സൗഹൃദക്കൂട്ടായ്മയായ ‘പരസ്പര’ത്തിലെ സ്ഥിരം അംഗങ്ങളായ അഞ്ചു ഗ്രാമീണർ. പരസ്പരം തിന്നും തെറിവിളിച്ചും തമാശ പറഞ്ഞും സഹായിച്ചും ഭാര്യമാരെ പറ്റിച്ചും ആനന്ദത്തോടെ ജീവിക്കാൻ നാടുവിട്ടെത്തിയ മനുഷ്യർ. മൾട്ടിനാഷണൽ കമ്പനികളിലെ ഉന്നതങ്ങളിൽ പണിയെടുത്ത് കമ്പനികളുടെ സകലമാന ആനുകൂല്യങ്ങളും കൈപ്പറ്റുന്നവർ. മഹാനഗരത്തിലെ തിരക്കുകളിൽ നിന്നും ഭാര്യാസന്താനങ്ങളുടെ സ്വൈരക്കേടുകളിൽനിന്നും കുറേ ദൂരേക്കു മാസത്തിലൊരിക്കൽ യാത്ര ചെയ്യുന്നവർ. മരുഭൂമിയിലോ, ചെറിയ ഗ്രാമങ്ങളിലോ, മലമുകളിലോ, വനാന്തരങ്ങളിലോ, കടലോരത്തോ എന്നു വേണ്ട, എവിടേക്കാണു തോന്നുന്നത് അവിടെ ചെന്നിരുന്നു മറയില്ലാതെ സംസാരിക്കുക; ചിരിക്കുക; സകലതും മറന്ന് രസിക്കുക, ഇഷ്ടപ്പെട്ട ഭക്ഷണം കഴിക്കുക. ഭാര്യമാരുടെയോ മക്കളുടെയോ യാതൊരു നിയന്ത്രണവുമില്ലാത്ത, ഔദ്യോഗികമായി ഒരു ഭാരവും തൊട്ടുതീണ്ടാത്ത തികച്ചും ക്ലീനായ ഒരു ദിവസം. ആ ഒരു ദിവസത്തിനുവേണ്ടിയാണ് ഞങ്ങളുടെ കാത്തിരിപ്പും.

“യെസ്, ഈ വിഷയം ഇന്നത്തെ യാത്രയിലെ മെയിൻ ഡിസ്കഷനാക്കാം. എല്ലാവരും യോജിക്കുമെന്നു കരുതുന്നു. അല്ലേ, സുകുവേട്ടാ?”

കാറോടിച്ചുകൊണ്ടിരിക്കുന്ന നാസർ ഒട്ടും ശ്രദ്ധ മാറ്റാതെ തന്റേതായ ശൈലിയിൽ തൊട്ടരികിലിരിക്കുന്ന സുകുമാരൻനായരോടു

ചോദിച്ചു.

"അയാം റെഡി ടു ഡിസ്കസ് എനി മാറ്റർ. എല്ലാവരും ഇതിൽ പങ്കെടുക്കുമെന്നുതന്നെ ഞാൻ കരുതുന്നു. ഇല്ലേ, ജ്യോതിഷ് ആൻഡ് എബിൻ?"

"ഞാനെപ്പോഴേ റെഡി. ഇതാ, ഈ വോഡ്കയുടെ ഗ്ലാസൊന്നെടുത്തോട്ടെ."

എബിൻ ജോഷി ഒരു പ്രത്യേകരീതിയിൽ വിശിഷ്ട പാനീയം ഓരോരുത്തർക്കായി നീട്ടിപ്പറഞ്ഞു. ഒരു മുറുക്കു കുടിച്ച്, ജ്യോതിഷ് നന്ദൻ തയ്യാറായി ഇരുന്നു. "ഇനി ഞാനായിട്ടെന്തിനു വിമുഖത കാട്ടണം? കൂട്ടത്തിലെ മുതിർന്നയാളെന്ന നിലയ്ക്ക് സുകുവേട്ടൻ തന്നെ തുടങ്ങട്ടെ." ജ്യോതിഷിന്റെ അഭിപ്രായത്തോട് എല്ലാവരും യോജിക്കുകയും സഞ്ചരിച്ചുകൊണ്ടിരിക്കുന്ന സ്വർഗ്ഗത്തിന്റെ മിനിയേച്ചർ പതിപ്പായ ആ വാഹനത്തിനുള്ളിൽ ചിരിയുടെയും കൈയടിയുടെയും തിരകളുയരുകയും ചെയ്തു.

പിസ്തയും ബദാമും അണ്ടിപ്പരിപ്പും ഇടകലർത്തിയ തളികയിൽ നിന്ന് ഒരു ചെറുപിടി വാരിയെടുത്തുകൊണ്ട് സുകുമാരൻ നായർ തുടങ്ങി. "എങ്കിൽ ഞാൻതന്നെ ആരംഭിക്കാം. എന്നെ സംബന്ധിച്ചിടത്തോളം ജീവിതത്തിലെ ഏറ്റവും മഹത്തായ കാര്യം തികഞ്ഞ ആത്മാർത്ഥതയാണ്. ചെയ്യുന്ന ഏതു ജോലിയോടും ബന്ധപ്പെടുന്ന ഏതൊരു മനുഷ്യനോടും തീർത്തും ആത്മാർത്ഥത പുലർത്താൻ കഴിയുക എന്നതുതന്നെയാണ് മനുഷ്യജീവിതത്തിലെ ഏറ്റവും മഹത്തായ കാര്യം. പൊതുവേ മലയാളിക്കൊരു കപട സദാചാരബോധമുണ്ടല്ലോ? അതിനെ ഭേദിക്കാനായാൽ മലയാളിയെപ്പോലെ ആത്മാർത്ഥത കാണിക്കുന്നവർ ലോകത്ത് അധികം ഉണ്ടാവില്ല. എന്നാൽ, നമുക്കിടയിലുള്ള തൊണ്ണൂറ്റിയൊൻപതു ശതമാനവും കപടസദാചാരവാദികളാണെന്ന കാര്യത്തിൽ സംശയമില്ല. അതുകൊണ്ടുകൂടിയാണ്, ജീവിതത്തിലെ മഹത്തായ കാര്യമായി ഞാൻ ആത്മാർത്ഥത കണ്ടെത്തിയത്. എതിരഭിപ്രായങ്ങളുണ്ടാവാം."

"അത്പ്പോ."

"നോ, നോ, ഓരോരുത്തരും തന്റെ ജീവിതത്തിലെ ഇത്രയും കാലത്തെ അനുഭവത്തിലൂടെ കണ്ടെത്തിയ ഒരു മഹത്തായ കാര്യം, അതെന്തുതന്നെയാവട്ടെ, നമുക്കിടയിലെങ്കിലും തുറന്നു പറയുക. പിന്നീടു വേണമെങ്കിൽ വിശദമായ ചർച്ചയാവാം. എല്ലാവരും പറഞ്ഞു കഴിഞ്ഞ ശേഷം." സൽമാൻ റാഷിദ് മോഡറേറ്ററുടെ റോളിൽ വിശദീകരിച്ചു.

നഗരത്തിന്റെ ബഹളങ്ങളും തിരക്കുകളും കുറഞ്ഞുവരികയും അതിവിശാലമായ പച്ചപ്പുകൾക്കിടയിലൂടെ വാഹനം വേഗതയോടെ ഓടിത്തുടങ്ങുകയും ചെയ്തു. ഇരുവശങ്ങളിലും ഇടതൂർന്നുനില്ക്കുന്ന വന്മരങ്ങളുടെ സാന്ദ്രവും കുളിരാർന്നതുമായ സാന്നിദ്ധ്യം അപൂർവ്വാനുഭവങ്ങളായി ഞങ്ങളിൽ പടരാൻ തുടങ്ങി.

“അടുത്തതായി നമ്മുടെ ക്യാപ്റ്റൻ നാസർ സംസാരിക്കട്ടെ.” സുകുവേട്ടൻ നാസറിനെ ക്ഷണിച്ചു.

ദേശീയപാതയിലൂടെ നൂറ്റിഎൺപത് സ്പീഡിൽ ഓടിക്കൊണ്ടിരിക്കുന്ന ഫോർച്യൂണറിൽ ആനന്ദലഹരിയോടെ ഒരു വിമാനത്തിലിരിക്കുന്നതുപോലെ ഞങ്ങൾ തികച്ചും ശാന്തരായി ഇരുന്നു. ചെറിയ ഒരിളക്കം പോലും ഇല്ലാതെയാണു വാഹനം ഓടിക്കൊണ്ടിരുന്നത്. എന്നിട്ടും വാഹനത്തിനു വേഗത പോരായെന്നു ഞങ്ങൾക്കു തോന്നി. ആ മഹാ ഏകാഗ്രതയിൽനിന്നാണ് സുകുമാരൻനായർ നാസറിനെ പിടിച്ചുകുലുക്കി ഞെട്ടിച്ചിരിക്കുന്നത്. എത്ര സേവിച്ചാലും ശാരീരികമായും ബുദ്ധിപരമായും ഒരു മാറ്റവും ഉണ്ടാവാത്ത കരുത്തനായ ഒരു കുടിയനെപ്പോലെ, നാസർ മുന്നോട്ടുതന്നെ നോക്കി ജാഗരൂകനായി വാഹനമോടിച്ചു. യാത്ര പ്ലാൻ ചെയ്യുന്നതും ഒരുക്കം കൂട്ടുന്നതും എന്നും നാസറാണ്. ഒരു കപ്പിത്താനെപ്പോലെ തന്റെ രാജകീയവാഹനം ഓടിച്ചുകൊണ്ടുതന്നെ അയാൾ അഭിപ്രായം പറയാൻ തുടങ്ങി. “സാധാരണക്കാരൻ എന്ന നിലയിലും കമ്പനി ഫൈനാൻസ് മാനേജർ എന്ന നിലയിലുമുള്ള എന്റെ രണ്ടു ജീവിതങ്ങളിൽനിന്നു മനസ്സിലാക്കാനായത് ജീവിതത്തിലെ ഏറ്റവും മഹത്തായ കാര്യം സംതൃപ്തിയാണെന്നതാണ്. നല്ല ആരോഗ്യമുള്ളയാൾക്കേ മാനസികവും ശാരീരികവുമായ ജീവിത സംതൃപ്തിയുണ്ടാവൂ. അവകാശപ്പെട്ടതു മാത്രമേ തനിക്കു കിട്ടുവെന്നും മറ്റൊന്നിനുംവേണ്ടി ആക്രാന്തം കാണിച്ചിട്ടു കാര്യമില്ലെന്നുമുള്ള തിരിച്ചറിവിൽനിന്നാണ് ഏതൊരു മനുഷ്യനും നിറഞ്ഞ സംതൃപ്തിയുണ്ടാവുന്നത്. മനുഷ്യജീവിതവുമായി ബന്ധപ്പെട്ട എല്ലാ കാര്യത്തിലും ഇങ്ങനെ സംതൃപ്തനാവാൻ കഴിയുക എന്നതു വളരെ അപൂർവ്വം മഹത്തുക്കൾക്കു കിട്ടിയ ഭാഗ്യം. നമ്മെപ്പോലുള്ളവരൊക്കെ ഒരുനായയെപ്പോലെ നാവും പുറത്തേക്കിട്ടു വെള്ളവുമൊലിപ്പിച്ച് നായിപ്പാച്ചിൽ നടത്തിക്കൊണ്ടിരിക്കുന്നവരാണ്. ഒന്നിലും ഒരു സംതൃപ്തിയുമില്ലാതെ അസ്വസ്ഥരായി ഓടിക്കൊണ്ടിരിക്കുന്നവർ. ലോകത്തുള്ള സകലമാന സുഖസൗകര്യങ്ങളും തനിക്കു കിട്ടണം, തനിക്കേ കിട്ടാവൂ എന്ന വാശിയോടെ ഒരിടത്തും വിശ്രമിക്കാനാവാതെ പാഞ്ഞുകൊണ്ടേയിരിക്കുന്നവർ. അതുകൊണ്ട് എനിക്ക് ഉറപ്പിച്ചു പറയാനാവും, തികഞ്ഞ സംതൃപ്തിയോടെ, ആരോഗ്യത്തോടെ ജീവിക്കാൻ കഴിയുക എന്നതു തന്നെയാണ് മനുഷ്യ ജീവിതത്തിലെ ഏറ്റവും മഹത്തായ കാര്യം എന്ന്.”

“ഓരോരോ സ്മാളുകൂടിയാവാം എബിൻ?”

ആയിക്കോട്ടെ, ആയിക്കോട്ടെ എന്നു പറഞ്ഞുകൊണ്ട് സീറ്റിനു പിറകിലെ ബാഗിൽനിന്നു വോഡ്കയും സോഡയുമെടുത്ത് തുല്യ അളവിൽ ഗ്ലാസുകളിലൊഴിച്ച് എബിൻ വീണ്ടും സെർവ് ചെയ്യാൻ തുടങ്ങി. പിന്നെ, ഒതുങ്ങിയിരുന്നു സംസാരം തുടങ്ങി.

“സുകുവേട്ടനും നാസറും പറഞ്ഞത് തത്ത്വത്തിൽ അംഗീകരിച്ചുകൊണ്ടും വിയോജിച്ചുകൊണ്ടും പറയുകയാണ്, എന്റെയീ ചെറിയ ജീവി

തത്തിൽനിന്നു ഞാൻ കണ്ടെത്തിയ ജീവിതമഹത്ത്വം ഇവരൊന്നും പറഞ്ഞതല്ല, മറിച്ച്, ലോകത്തുള്ള സകല ജീവജാലങ്ങളോടും മനുഷ്യനുണ്ടായിരിക്കേണ്ട സഹജസ്നേഹമാണ് ഏറ്റവും പ്രധാനമായി എനിക്കു തോന്നുന്നത്. ഇങ്ങനെ തന്റെ കൂടെയുള്ളവരോടും കുടുംബത്തിലുള്ളവരോടും നാട്ടിലുള്ളവരോടും ലോകത്തിലുള്ള സകലമനുഷ്യരോടും സ്നേഹം തോന്നുക എന്നു പറഞ്ഞാൽ നമ്മുടെ ഉള്ളിൽനിന്നു സ്വാർത്ഥത എടുത്തുകളയുക എന്നാണ് അർത്ഥം. ഓരോരുത്തരിലുമുള്ള ഈയൊരു ഈഗോ ആണല്ലോ, ലോകത്തുള്ള എല്ലാ പ്രശ്നങ്ങളുടെയും അടിസ്ഥാന കാരണം. അപ്പോൾ നിഷ്കളങ്കമായി മറ്റുള്ളവരെ കാണാനും അവരെ സ്നേഹിക്കാനും കഴിയുക എന്നതുതന്നെയാണ് ജീവിതത്തിലെ മഹത്തായ കാര്യം എന്നു ഞാൻ ഉറച്ചു വിശ്വസിക്കുന്നു എന്നു വിചാരിച്ച്, സുകുവേട്ടനും നാസറും പറഞ്ഞതു മോശമായ കാര്യം എന്ന് അർത്ഥമാക്കേണ്ടതില്ല."

"വിശദീകരണം വേണ്ട. നമ്മുടെ ചർച്ചയിലെ ചോദ്യം, മനുഷ്യജീവിതത്തിലെ ഏറ്റവും മഹത്തായ കാര്യം എന്താണ് എന്നതാണ്. അത്, ഒരോരുത്തർക്കും വ്യത്യസ്തമായ അഭിപ്രായമായിരിക്കും. തീർച്ച. അതങ്ങനെതന്നെ ആവണമല്ലോ, എങ്കിലല്ലേ, അതിനെ നാം ജീവിതമെന്നു വിളിക്കൂ... ഏതായാലും യാത്രയുടെ തുടക്കത്തിലുണ്ടായിരുന്ന ആവേശം ആരിൽനിന്നും ഇതുവരെ കൊഴിഞ്ഞു പോയിട്ടില്ല എന്നതുതന്നെ മഹാഭാഗ്യം. കഴിഞ്ഞുപോയ നമ്മുടെ യാത്രകളിലൊന്നും ഇത്തരം മനുഷ്യാവസ്ഥകളെക്കുറിച്ചു നാം ചർച്ച ചെയ്തിട്ടുമില്ല. ഓരോ തവണയും തമാശകളുടെ വലിയ വലിയ വെടിക്കെട്ടുകൾ പൊട്ടിക്കാനായിരുന്നു എല്ലാവർക്കും താല്പര്യം. അതുപോലെ ആദ്യാനുരാഗവും ആദ്യഭോഗവും തുടങ്ങി ആദ്യരാത്രിയിലെ അനുഭവങ്ങൾവരെ നാം പരസ്പരം മറയില്ലാതെ പച്ചയിൽ അവതരിപ്പിച്ചു. ഒരുപക്ഷേ, ആ ഒരു മടുപ്പിൽനിന്നാവാം ഈ മാസത്തെ യാത്രയിൽ ഇത്തരമൊരു ചോദ്യത്തെ വളരെ പോസിറ്റീവായി ഓരോരുത്തരും നേരിട്ടത്. ഏതായാലും, ഇനി, നാം പ്രതീക്ഷയോടെ കാത്തിരിക്കുന്ന, എഴുത്തുകാരനും സാംസ്കാരിക പ്രവർത്തകനുമായ ജ്യോതിഷ് നന്ദൻ തന്റെ കാഴ്ചപ്പാട് അവതരിപ്പിക്കട്ടെ, ശേഷം എന്റെ ക്രോഡീകരണത്തോടെ ചർച്ച ക്ലോസ് ചെയ്തു വൈകുന്നേരത്തോടെ നമുക്കു മടങ്ങാം... തിരിച്ചെത്തി, നാളേക്കുള്ള ജോലിക്കാര്യങ്ങൾ, വീട്ടുകാര്യങ്ങൾ, മക്കളുടെ കാര്യങ്ങൾ എന്നിവയൊക്കെ നോക്കി വീർപ്പുമുട്ടി ഒരു മാസം കഴിയാം. പിന്നെ, അടുത്ത യാത്ര. സത്യത്തിൽ ജീവിതത്തെ പിടിച്ചുകെട്ടി നമ്മുടെ വരുതിയിലാക്കാനുള്ള ചില തന്ത്രപ്പാടുകളും കൗശലങ്ങളുമൊക്കെത്തന്നെയാണല്ലോ മനുഷ്യരുടെ ഓരോ യാത്രയും. മദ്ധ്യവയസ്സു പിന്നിട്ട ശേഷമാണ് ഇത്തരം ചില രസങ്ങൾക്കു നാം സമയം കണ്ടെത്താൻ തുടങ്ങിയത് എന്ന ഒറ്റ സങ്കടമേ ഉള്ളൂ.. ഏതായാലും, ജ്യോതിഷ് നന്ദൻ തുടങ്ങുക." സൽമാൻ റാഷിദ് യാത്രയിലെ ചടപ്പുകൾ ലഘൂകരിക്കാനെന്നവണ്ണം സംക്ഷിപ്തമായി എല്ലാവരോടുമായി

പറഞ്ഞു.

"ജീവിതത്തിലെ ഏറ്റവും മഹത്തായ കാര്യം ഭാഗ്യമാണെന്ന കാര്യത്തിൽ എനിക്കു യാതൊരു സംശയവുമില്ല. കാരണം, ഞാൻ ദൗർഭാഗ്യങ്ങളുടെ ടിക്കറ്റെടുത്തവനാണ്. അതുകൊണ്ടുതന്നെ, എന്റെയീ നാല്പത്തേഴു വർഷത്തെ ജീവിതം മറിച്ചുനോക്കി ധൈര്യത്തോടെ എനിക്കു പറയാനാവും മനുഷ്യജീവിതത്തിലെ ഏറ്റവും മഹത്തായ കാര്യം ഭാഗ്യം മാത്രമാണെന്ന്. ഭാഗ്യമുണ്ടായാൽ പിന്നെ മറ്റെല്ലാം താനേ വന്നുകൊള്ളും. എന്നാൽ, മറ്റെന്തു കഴിവും ഉണ്ടായിക്കൊള്ളട്ടെ, ഭാഗ്യമില്ലെങ്കിൽ ഒരു കാര്യവുമില്ല. തന്റെ കഴിവുകളിൽ സ്വയം ആനന്ദം കൊള്ളാനല്ലാതെ മറ്റൊരാളും അയാളെ അറിയുകയോ അംഗീകരിക്കുകയോ ചെയ്യില്ല. ഞാനിപ്പറഞ്ഞതിന് എത്രയെത്ര ഉദാഹരണങ്ങൾ വേണമെങ്കിലും നിരത്താം. ലോകസാഹിത്യത്തിൽനിന്നോ ലോകചരിത്രത്തിൽനിന്നോ അല്ല, നമ്മുടെ മലയാളമണ്ണിൽ നിന്നുതന്നെ. സിനിമയിലും സാഹിത്യത്തിലും രാഷ്ട്രീയത്തിലും തെളിമയാർന്ന ഉദാഹരണങ്ങൾ എത്രയാണെന്നോ? ഒരു കഴിവുമില്ലാതെ വെറും ഭാഗ്യം കൊണ്ടുമാത്രം ഓരോരോ സ്ഥാനത്തിരിക്കുന്ന മണ്ടന്മാരെ നിസ്സഹായതയോടെ നോക്കിക്കാണാനേ കഴിവും തന്റേടവുമുള്ള ദൗർഭാഗ്യവാനു കഴിയൂ. ഇതുകൊണ്ടൊക്കെ തന്നെയാണു പഴയകാലത്തെ ആളുകൾ ഒരു ഭൗതികനേട്ടത്തിനു വേണ്ടിയും പ്രാർത്ഥിക്കാതെ മഹാഭാഗ്യത്തിനുവേണ്ടി മാത്രം പ്രാർത്ഥിച്ചത്. എന്റെ മക്കൾക്ക് സർഗ്ഗാത്മകമായ ഒരു കഴിവും കൊടുത്തില്ലെങ്കിലും വേണ്ടില്ല ദൈവമേ, അവരെ നീ മഹാഭാഗ്യവാന്മാരുടെ കൂട്ടത്തിൽപ്പെടുത്തണമേ എന്നാണെന്റെ എപ്പോഴുമുള്ള പ്രാർത്ഥന. ഇതുകൊണ്ടെക്കെതന്നെയാവാം, ഞാൻ മനുഷ്യ ജീവിതത്തിലെ ഏറ്റവും മഹത്തായ കാര്യം ഭാഗ്യമാണെന്നു പറയുന്നത്."

ഒറ്റശ്വാസത്തിൽ അത്രയും പറഞ്ഞുകൊണ്ട് ജ്യോതിഷ് നന്ദൻ ഒതുങ്ങിയിരുന്നു. വല്ലാത്തൊരു ശാന്തനിശ്ശബ്ദത വാഹനത്തിനുള്ളിൽ ലയം കൊണ്ടു. അതിളക്കിമറിച്ച്, ഒരു പ്രത്യേകാവേശത്തോടെ സൽമാൻ റാഷിദ് വിളിച്ചു പറഞ്ഞു. "സുഹൃത്തുക്കളേ, ഇനി ഞാനെന്റെ അഭിപ്രായം കൂടി പറഞ്ഞുകൊള്ളട്ടെ. ശേഷം, കൂട്ടായ ചർച്ച. അപ്പോഴേക്കും നാം എത്തേണ്ടിടത്തെത്തും. അവിടെ ഭക്ഷണവും വിശ്രമവും. ചർച്ച തുടരുകയോ അവസാനിപ്പിക്കുകയോ ചെയ്യാം. എന്തു പറയുന്നു?"

"യേസ്... ക്യാരിയോൺ."

എല്ലാവരും ഒരേ സ്വരത്തിൽ പറഞ്ഞു. അതിനിടയിൽ പലതവണ ഗ്ലാസുകൾ നിറയുകയും കാലിയാവുകയും ചെയ്തു. അപ്പോൾ ഉന്മത്തതയുടെ പരകോടിയിലിരുന്ന്, കണ്ഠശുദ്ധി വരുത്തി സൽമാൻ റാഷിദ് തന്റെ അഭിപ്രായം വിശദീകരിക്കാൻ തുടങ്ങി: സുഹൃത്തുക്കളേ, ഇവിടെ പറഞ്ഞ നാലു കാര്യങ്ങളും മനുഷ്യജീവിതത്തിലെ ഏറ്റവും മഹനീയമായ കാര്യങ്ങളാണെന്ന കാര്യത്തിൽ എനിക്കു സംശയമൊന്നുമില്ല. അതൊക്കെ ഓരോരോ വ്യക്തികളെ സംബന്ധിച്ച് മാറിമറിഞ്ഞുകൊണ്ടി

രിക്കും. ഇതിൽത്തന്നെ കടന്നുവരാത്ത പ്രണയം, കുടുംബം, മക്കൾ എന്നു തുടങ്ങി കുറേയേറെ കാര്യങ്ങൾ വേറെയുമുണ്ട്. അതും ഓരോ മനുഷ്യനും അത്യാവശ്യവും മഹത്തരവുമാണ്. എന്നാൽ ഇതിലൊന്നും പെടാതെ ലോകം ഉണ്ടായകാലം തൊട്ടേ മനുഷ്യനെ അമ്പരപ്പിച്ചുകൊണ്ടിരിക്കുകയും ഒരു കോണിൽനിന്നു ഇതുവരെ ശരിയായ ഉത്തരം കിട്ടാതിരിക്കുകയും എന്നാൽ മനുഷ്യജീവിതത്തിൽ അനിവാര്യവുമായ ഒരു സംഗതിയുമുണ്ട്. ആ സംഗതിയാണ് യഥാർത്ഥത്തിൽ മനുഷ്യജീവിതത്തിലെ ഏറ്റവും മഹത്തായ കാര്യമെന്നു ഞാൻ വിശ്വസിക്കുന്നു. കാരണം, നിങ്ങളിവിടെ പറഞ്ഞ നാലു കാര്യങ്ങളും പിന്നെയും പിന്നെയും മഹത്തായ ഒട്ടേറെ കാര്യങ്ങളും അതുമായിട്ടാണ് കെട്ടുപിണഞ്ഞു കിടക്കുന്നത്. ആ മഹത്തായ കാര്യമത്രേ മാന്യമായ മരണം. വെറും മരണമല്ല, മാന്യമായ മരണം എന്നാണു ഞാൻ പറഞ്ഞത് എന്ന കാര്യം പ്രത്യേകം ഓർക്കുക.”

പൊടുന്നനെ, എവിടെനിന്നോ വാഹനത്തിനുള്ളിലേക്കു ദുർഗ്ഗന്ധത്തിന്റെ വലിയൊരു കാറ്റ് വീശിയടിച്ചു കയറിയതുപോലെ ഞങ്ങൾക്കനുഭവപ്പെട്ടു. ശീതീകരണയന്ത്രത്തിന്റെ സുഷിരങ്ങളിലൂടെയോ മുഴുവനായും അടയ്ക്കാത്ത വിൻഡോ ഗ്ലാസ് വിടവിലൂടെയോ തിക്കിക്കയറിവന്ന ആ ദുർഗ്ഗന്ധത്തിന്റെ അസ്സഹനീയമായ നാറ്റം ക്രമേണ കൂടിക്കൂടി വന്നു.

“അടുത്തെവിടെയോ മാലിന്യക്കൂമ്പാരങ്ങളുടെ വലിയൊരു പറമ്പുണ്ടാവും. അതിൽനിന്നു വീശിയടിക്കുന്ന ഗന്ധമാണത്. സുന്ദരനും പ്രതാപിയുമായ മനുഷ്യൻ ചീഞ്ഞുനാറാൻ ഇത്രപോലും സമയം വേണ്ട എന്നറിയാമല്ലോ? മരണത്തിന്റെ ആ കടന്നുപിടുത്തം കഴിഞ്ഞ് വളരെ കുറഞ്ഞ സമയത്തിനുള്ളിൽത്തന്നെ അയാൾ നാറാൻ തുടങ്ങുന്നു. ജീവിച്ചിരിക്കുമ്പോൾത്തന്നെ നാറാൻ വിധിക്കപ്പെട്ടവരുടെ കഥ പിന്നെ പറയാനുണ്ടോ ചങ്ങാതിമാരേ... ഇതാണ്, ഞാൻ പറയുന്നത്, മാന്യമായ മരണമാണ് ഒരാൾക്കു കിട്ടുന്ന ഏറ്റവും മഹത്തായ സമ്മാനമെന്ന്. ഏതായാലും ഈ ദുർഗ്ഗന്ധം ഇത്തിരി കഴിഞ്ഞാൽ ഇല്ലാതാവുമെന്നുതന്നെ കരുതാം.”

സൽമാൻ അത്രയും പറഞ്ഞുകൊണ്ട് വീണ്ടും തുടങ്ങി. നാസർ വണ്ടിയുടെ വേഗത പതുക്കെപ്പതുക്കെ കൂട്ടിക്കൊണ്ടിരുന്നു. ആ ഒരു മന്തിപ്പിൽ നേരിയ ആന്തലോടെ സൽമാൻ താൻ പറഞ്ഞുവന്നതിന്റെ അവസാനഭാഗംകൂടി പൂർത്തീകരിക്കാൻ ധൃതി കാണിച്ചു. “മനുഷ്യന്റെ മരണം നോക്കി അയാളുടെ ജീവിതം വായിച്ചെടുക്കാം. മാന്യമായ മരണം ഓരോരുത്തർക്കും കൊതിക്കാനേ തരമുള്ളൂ. അതിനുവേണ്ടി എത്ര പരിശ്രമിച്ചിട്ടും കാര്യമില്ല എന്നു മാത്രമല്ല, നാം ആഗ്രഹിച്ച രീതിയിലായിക്കൊള്ളണമെന്നുമില്ല. എപ്പോൾ? എവിടെ? എങ്ങനെ? ഈ മൂന്നു ചോദ്യങ്ങൾക്കും ഒരു മനുഷ്യനും ഒരിക്കലും ഉത്തരം നല്കാനാവില്ല. എന്നാൽ മഹത്തുക്കളായ ആളുകളുടെ മരണം പലപ്പോഴും നമ്മെ മോഹിപ്പിക്കാറുണ്ട്. അതിനർത്ഥം അവരൊന്നും അങ്ങനെ മരിക്കണമെന്ന് ആഗ്രഹി

ച്ചിരുന്നവരായിക്കൊള്ളണമെന്നില്ല. അവരുടെ പ്രവർത്തനരീതിയിലെ സത്യസന്ധതയും നന്മയും കണ്ട് ആനന്ദത്തിലായ ദൈവം അവർക്കു കൊടുക്കുന്ന സമ്മാനമാണ് മാന്യമായ മരണം. ലോകത്തിന് ഒരു പാഠവും. എന്നാൽ നാം, നല്ലവരെന്നും മഹത്തുക്കളെന്നും വിചാരിക്കുന്ന ചില ജന്മങ്ങൾ കീടങ്ങളെപ്പോലെ മരണത്തെ പുല്കുന്നു. നാം അവഗണിച്ചവരും മറന്നുപോയവരും നന്മ കണ്ടെത്താത്തവരുമായ ചിലയാളുകൾ പൂവിതൾ കൊഴിയുംപോലെ മരണത്തെ പുല്കി ലോകത്തെ സുഗന്ധപൂരിതമാക്കുന്നു. ഒരർത്ഥത്തിൽ ജീവിതംകൊണ്ടു പ്രഭ തൂവിയവരും മരണംകൊണ്ടു പ്രഭ തൂവിയരുമായ രണ്ടുവിഭാഗമാണ് ലോകത്തുള്ളത്. വേറെ ഒരു വിഭാഗമുള്ളത്, ജീവിതംകൊണ്ടും മരണംകൊണ്ടും മനുഷ്യരിൽ നന്മയുടെ തൂവെളിച്ചം പകരുന്നവരാണ്. അത്തരക്കാരാണു യഥാർത്ഥത്തിൽ ജീവിതം അതിന്റെ പൂർണ്ണമായഅർത്ഥത്തിൽ ജീവിച്ചുതീർത്തതെന്നു പറയാം. അങ്ങനെ എത്രയെത്ര മരണങ്ങളും മഹാന്മാരും നമ്മുടെ മുന്നിൽ കിടക്കുന്നു?'' സൽമാൻ ആവേശത്തോടെ സംസാരിച്ചുകൊണ്ടേയിരുന്നു. ഞങ്ങൾ മൂക്കുപൊത്തി, സൽമാൻ റാഷിദിന്റെ വാചാലത സഹിച്ചുകൊണ്ടേയിരുന്നു. അതിലൊന്നും ഇടപെടാതെ നാസർ എന്ന കപ്പിത്താൻ വാഹനത്തിന്റെ വേഗത കൂട്ടിക്കൊണ്ടേയിരുന്നു.

"നാസർ, ഇത്തിരി വേഗത കുറയ്ക്കൂ ചങ്ങാതീ... ഈയൊരു ചെറിയ ദുർഗ്ഗന്ധത്തിൽനിന്നു രക്ഷപ്പെടാൻ ഒരു കൂട്ടമരണം തെരഞ്ഞെടുക്കേണ്ടതുണ്ടോ?" സുകുമാരൻനായർ തെല്ലു കനപ്പിച്ചു പറഞ്ഞു.

"എനിക്കിത്തിരി കാലം കൂടി ജീവിക്കണമല്ലോ നാസറേ. ഡാ, ഒന്നു നിർത്തൂ... പ്ലീസ്." ജ്യോതിഷ് യാചിച്ചു.

എബിൻ ജോഷിയും സൽമാൻ റാഷിദും കൗമാരക്കാരുടെ ത്രസിപ്പിക്കുന്ന ആവേശവുമായി ഞങ്ങളുടെ വെപ്രാളംകണ്ട് ചിരിക്കാനും കളിയാക്കാനും തുടങ്ങി.

"നീയൊന്നു നിർത്തുന്നുണ്ടോ നാസർ?"

അവസാനം സഹിക്കവയ്യാതെ സുകുവേട്ടൻ പൊട്ടിത്തെറിച്ചു. നീണ്ടു നിവർന്നുകിടക്കുന്ന അനന്തമായ രാജപാതയുടെ മദ്ധ്യത്തിൽ കനത്തു തടിച്ച മഞ്ഞ വരയ്ക്ക് ഇരുവശവുമായി വീതിയേറിയ രണ്ടു റെയിൽ പാളങ്ങളെപ്പോലെ കറുത്ത റോഡ് പുളഞ്ഞുകിടന്നു. അതിലൂടെ ശരവേഗത്തിലോടുന്ന വാഹനത്തെ പിടിച്ചുകെട്ടാൻ തന്റെ കരുത്തു മുഴുവനും ഉപയോഗിച്ചിട്ടും വിജയിക്കാതെ നിരാശനായ ക്യാപ്റ്റൻ നാസർ, ഒരു കൊച്ചുകുട്ടിയെപ്പോലെ വിതുമ്പിക്കരഞ്ഞുകൊണ്ട് ഞങ്ങളെ ദയനീയമാക്കി നോക്കി.

"ബ്രേക്ക് ചവിട്ടെടാ നായിന്റെ മോനേ..."

അതുവരെ തമാശയിൽ രസിച്ചിരിക്കുകയായിരുന്ന സൽമാൻ റാഷിദ് സകലശക്തിയുമെടുത്ത് ആക്രോശിച്ചു.

"എന്റെ രണ്ടു കാലുകളും ബ്രേക്കിൽത്തന്നെയാണ് സൽമാൻ."

നാസർ വീണ്ടും ആർത്തു കരയാൻ തുടങ്ങി.

4

അധിനിവേശം

ഭർത്താവ് ഫ്രെഡിക്ക് തരക്കേടില്ലാത്ത ജോലി തരപ്പെട്ട വിവരം ലീനമോൾ അമേരിക്കയിൽനിന്നും വിളിച്ചു പറഞ്ഞ സന്തോഷത്തിലായിരുന്നു അപ്പൂപ്പനും അമ്മൂമ്മയും. ജോസുകുട്ടിയും ഭാര്യ ലീലാമ്മയും സൗദിയിലുണ്ട്. അവൻ ഭേദപ്പെട്ടൊരു കമ്പനിയിൽ അഡ്മിനിസ്ട്രേഷൻ മാനേജറും അവൾ കിങ് ഫൈസൽ ഹോസ്പിറ്റലിലെ നഴ്സിങ് സൂപ്പർവൈസറുമാണ്. ഇക്കഴിഞ്ഞ അവധിക്കാലത്ത് അപ്പൂപ്പനും അമ്മൂമ്മയും രണ്ടരമാസക്കാലമാണ് അവരോടൊപ്പം പേരക്കുട്ടികളെ കളിപ്പിച്ചും രസിച്ചും താമസിച്ചത്. ആളുകൾ ചുമ്മാ പേടിപ്പിക്കുകയാണെന്നേയ്, ജീവിക്കാനും സമ്പാദിക്കാനും സൗദിയെപ്പോലെ ഇത്രമാത്രം യോജിച്ച വേറൊരു രാജ്യമുണ്ടോ? ദുബായിലുള്ള കൊച്ചുമോനും ഭാര്യക്കും എന്നാ ശമ്പളം? ഹെന്റമ്മോ പറഞ്ഞിട്ടെന്ത്, അവറ്റങ്ങൾക്ക് ചെലവു താങ്ങാമ്മേലാ എന്നാണ് എപ്പോഴും പരാതി. സൗദിയിൽ ആ പ്രശ്നമില്ലല്ലോ? ആകെയൊള്ളത് പുറത്തിറങ്ങുമ്പോ ഒരു പർദ്ദയിടണമെന്നത് മാത്രം. അതിനെന്നാ കുഴപ്പം? ഹോ, ഒരു കുഴപ്പമുമില്ല, നമ്മുടെ കന്യാസ്ത്രീകളൊക്കെ നടക്കുന്നതും ഇരിക്കുന്നതും കിടക്കുന്നതും ആ വേഷത്തിൽ തന്നെയല്ലിയോ?

മൊബൈൽ ഓഫാക്കി, അരികിലിരിക്കുന്ന ഭാര്യ അന്നമ്മയെ തോണ്ടി അപ്പൂപ്പൻ ഒരു ചിരിയങ്ങ് ചിരിച്ചു. അന്നമ്മയും ചിരിയിൽ പങ്കുകൊണ്ടു: “ഇനി ഓരോ സ്മോളാവാം ഇല്ലേ, ചാണ്ടി മാപ്പിളേ?”

നല്ല സന്തോഷം വരുമ്പോൾ മാത്രമേ അന്നാമ്മ “ചാണ്ടി മാപ്പിളേ” എന്നു വിളിക്കാറുള്ളൂ. പാലായിലാവുമ്പോൾ “മാപ്പിള” വിളി രസമാണ്. ഏറനാടൻ മലയടിവാരത്തിലാവുമ്പോൾ ആ വാക്കിന്റെ അർത്ഥം മാറുന്ന തമാശ ഇടയ്ക്കിടയ്ക്ക് അവർ പറഞ്ഞു ചിരിക്കാറുണ്ട്.

"ആവാം, ലാർജു തന്നെ ആയിക്കോട്ടെ എന്റെ പുന്നാര അന്നാമ്മ ച്ചേടത്തിയേ? മക്കളൊക്കെ എത്തേണ്ടിടത്തെത്തിയില്ലേ? ഇനിയെന്നാ നമുക്കിങ്ങനെ ബാക്കി കാലം രസിച്ചു കളിച്ചു ജീവിച്ചു കൂടെ?"

അപ്പൂപ്പൻ അമ്മൂമ്മയെ തനിക്കരികിലേക്ക് ചേർത്തു പിടിച്ച് ആഹ്ലാദത്തോടെ ചെറിയൊരു നൃത്തം വെക്കാനൊരുങ്ങി. അതിന്റെ മുന്നോടിയായി അന്നാമ്മയുടെ കവിളിലൊരു മുത്തം കൊടുത്തു. നാണത്താൽ അന്നാമ്മ വല്ലാതെ കൂമ്പിപ്പോയി. പതിനാറാം വയസ്സിൽ ചാണ്ടിച്ചായൻ തന്ന ചുംബനത്തിന്റെ രുചിയും ലഹരിയും.

"എന്താ, അപ്പൂപ്പനും അമ്മൂമ്മയും കൂടി ഒരു ശൃംഗാരം?"

വീട്ടിലെ സഹായി മേരിക്കുട്ടി ഇത്തിരി കനപ്പിച്ചൊരു ചോദ്യമെറിഞ്ഞു. രണ്ടുപേരും തെറ്റു ചെയ്ത കുട്ടികളെപ്പോലെ പെട്ടെന്ന് മാറി നിന്ന് ചെറുതായൊന്ന് ഒതുങ്ങി. മേരിക്കുട്ടിയാണ് അപ്പൂപ്പന്റെയും അമ്മൂമ്മയുടെയും ഇപ്പോഴത്തെ കൈകാര്യസ്ഥ. ഏറ്റവും ഇളയവൻ റെജിയുടെ വേണ്ടപ്പെട്ടവൾ. അവളിലൂടെയാണ് ലോകത്തിന്റെ വിവിധ ഭാഗങ്ങളിലുള്ള മക്കളും മരുമക്കളും പേരക്കുട്ടികളുമൊക്കെ അപ്പൂപ്പന്റെയും അമ്മൂമ്മയുടെയും വിവരങ്ങൾ അറിയാറ്. അവളോടാണ് അപ്പപ്പോൾ വേണ്ട നിർദ്ദേശങ്ങൾ കൊടുക്കാറും.

"അപ്പൂപ്പനും അമ്മൂമ്മയും. ഹും.... അതു നിന്റെ തന്തയും തള്ളയും. ചാണ്ടിയും പെണ്ണുമ്പിള്ളേം എന്നും യുവമിഥുനങ്ങൾ തന്നെ."

"ആണേയ്... രണ്ടുപേരും ഇപ്പോഴുമെപ്പോഴും മധുരപ്പതിനേഴിലാണെന്നേയ്... ആട്ടെ, യുവമിഥുനങ്ങൾക്ക് ഇപ്പോൾ എന്നാ എടുക്കണം?"

"ഓരോ ലാർജ് സ്മിർണോഫും പന്നിവരട്ടും. അതു പോരേ അന്നാമ്മേ..."

"ആട്ടെ, ചാണ്ടിച്ചായന്റെ ഇഷ്ടം."

പുറത്ത് വെയിൽ തിളങ്ങാൻ തുടങ്ങിയിരുന്നു. ബസുകളുടെയും ഓട്ടോറിക്ഷകളുടെയും ശബ്ദം നിറഞ്ഞ തെളിമയാർന്ന ആ പകൽ എല്ലാ ഞായറാഴ്ചത്തേയുംപോലെ അവർ ആഘോഷിച്ചു രസിക്കാൻ തീരുമാനിച്ചു. കാരണം, ഇന്ന് അവരുടെ "ഹോംബാറി"ന് അവധിയാണ്. ഞായറാഴ്ച ക്രിസ്ത്യാനികളുടെ "വെള്ളിയാഴ്ച"യാണല്ലോ? അപ്പൂപ്പൻ ഇങ്ങനെ ചിന്തിക്കാനുള്ള കാരണം, കോളനിയിൽ തൊണ്ണൂറു ശതമാനം മുസ്ലിങ്ങളും ആറുശതമാനം സത്യക്രിസ്ത്യാനികളും ബാക്കി പലവക ഹിന്ദുക്കളായതുകൊണ്ടാണ്. ആയതിനാൽ ഞായറാഴ്ച കുർബ്ബാനയുള്ള ദിവസം ചാണ്ടിയുടെ "ഹോംബാർ" അവധി. അല്ലാത്ത ആറു ദിവസവും രാവിലെ എഴുമണി മുതൽ വൈകിട്ട് ആറുവരെ ചലേഗാ. മദ്യം നിഷിദ്ധമാണെന്നാണ് അവർ പറയുന്നത്. ആയിക്കോട്ടെ, ആരും എതിരു പറയുന്നില്ലല്ലോ? അതുകൊണ്ടാണല്ലോ ചാണ്ടിയും അന്നാമ്മയും വയസ്സുകാലത്തുപോലും ചെറിയ നേരമ്പോക്കു പോലെ, ഒരു ചെറുവരുമാനമായിക്കോട്ടെ എന്ന നല്ല വിചാരത്തോടെ ആളുകളെ സേവിക്കുന്നത്. കോളനിയിലൊരിക്കലും ഒരു കള്ളുഷാപ്പോ, വിദേശമദ്യഷാപ്പോ, ബാറോ ഈയ

ടുത്തകാലത്തൊന്നും വരാൻ ഒരു സാദ്ധ്യതയും കാണുന്നില്ല. അങ്ങനെ ഒരെണ്ണം വന്നാൽ എതിർക്കാൻ ചാണ്ടിയും പാർട്ടിയും മുന്നിലുണ്ടാവും. അതുകൊണ്ട് ചെറിയ ജനസേവനം എന്ന നിലയിലാണ് നാലു വർഷങ്ങൾക്കുമുമ്പ് വിദേശങ്ങളിലുള്ള മക്കളുടെ ആശിർവ്വാദത്തോടെ "ഹോംബാർ" ഉദ്ഘാടനം നടന്നത്. കുറഞ്ഞ വരുമാനക്കാർക്കൊക്കെ സ്മാളടിക്കണമെങ്കിൽ ഇന്നത്തെക്കാലത്തൊക്കെ പട്ടണത്തിൽ പോകേണ്ടിവരിക എന്നു പറഞ്ഞാൽ എന്തു കഷ്ടമാണ്? യാത്രക്കൂലി, അവിടെ എത്താനുള്ള സമയം, എത്തിയാൽതന്നെ പണം ചെലവഴിക്കുന്ന രീതി, ഇതൊക്കെ ആലോചിച്ചപ്പോൾ അപ്പൂപ്പനു തോന്നിയ നവീനമായ ഒരു ആശയമായിരുന്നു ഹോംബാർ. ഇവിടം വന്നു താമസം തുടങ്ങി വിജയിപ്പിച്ചെടുത്ത പലതരം കച്ചവടങ്ങളിൽ അവസാനത്തേത്. അവർ പണ്ടേ തുടങ്ങിവെച്ച പലിശക്കച്ചവടമാണ് കോളനിയിൽ തന്നെ രാജാവായി മാറ്റിയത്. പക്ഷേ, ഇന്നിപ്പോൾ സത്യം പറഞ്ഞാൽ അതൊരു വലിയ ഏടാകൂടമാണ്. കാശു വാങ്ങാനും ഗുണ്ടായിസം നടപ്പാക്കാനും അതിന്റെ പിന്നാലെ ഓടിപ്പാഞ്ഞു നടക്കാനുമൊക്കെ നല്ല കഷ്ടപ്പാടാണ്. അതല്ലാതെ ആ പണി മോശമാണെന്ന് തോന്നിയതുകൊണ്ടല്ല. മാത്രവുമല്ല, അപ്പച്ചനും അമ്മച്ചിക്കും വയസ്സുമായില്ലേ?

"നിനക്കത് ഓർമ്മയുണ്ടോടീ...?"

"എന്നതാ, വാസ്കോഡഗാമ കപ്പലിറങ്ങിയപ്പോൾ ആരാണ്ടോ അവനെ സൂക്ഷിക്കണമെന്നു പറഞ്ഞതോ?"

"അതല്ലെഡി കഴുതേ... നമ്മുടെ "ഹോംബാർ" എന്ന പുതിയ വ്യവസായം തുടങ്ങിയ കാര്യം?"

"ഓ, അതു പിന്നെ ഓർമ്മയില്ലാണ്ടിരിക്കോ ഇച്ചായാ? നമ്മുടെ എസ് ഐ ലോനപ്പൻ കുരുവിളയും പഞ്ചായത്തു പ്രസിഡന്റ് തൊലിച്ചിക്കുന്നൻ ഖാദർ കുട്ടി സാഹിബുമല്ലേ, അന്നുച്ചയ്ക്ക് മൂന്നെണ്ണം വീശി ലളിതമായി പദ്ധതി ഉദ്ഘാടനം ചെയ്തത്?"

"എന്റീശോയേ... നിനക്കൊന്നും ഒരു കാലത്തും ആ അസുഖം വരാൻ സാദ്ധ്യതയില്ല എന്റെ അന്നാമ്മേ, എന്നാ... എന്നദാ, ആ സൂക്കേടിന്റെ പേര്?"

"ഹോ, ഇച്ചായനതു മറന്നോ, ഇന്നലെയല്ലിയോ ടീവീല് അത്ങൾഡെ ഒരു കഥ കണ്ടത്... അൾഷിമേഴ്സെന്നേ..."

"അതേയതേ, അതുതന്നെ. എന്തായാലും ഖാദർ കുട്ടി സാഹിബിന്റെ ആൾക്കാര് വളരെ നല്ലവരാണ് കേട്ടോ. കാശുണ്ടാക്കാൻ അക്കരെക്ക് പോകും. കൈയിലൊരു പാസ്പോർട്ടല്ലാതെ മറ്റൊരു കോപ്പും കാണത്തില്ല. മലയാളമൊഴികെ വേറൊരു "ഫാഷേം" അവർക്കറിയാൻ പാടില്ല. അവിടെച്ചെന്ന് പാത്രം കഴുകീം കക്കൂസ് കഴുകീം വണ്ടിയോടിച്ചും കച്ചോടം ചെയ്തും നാലു കാശുണ്ടാക്കി, ആ കാശ് ഇങ്ങോട്ടയക്കും. ഇവിടെ ജീവിക്കുന്ന ഫാര്യേം മക്കളുമൊക്കെ അടിച്ചുപൊളിച്ച് നമ്മെപ്പോലുള്ളവരെ സഹായിക്കും. അതുമല്ല, അവറ്റങ്ങള് മറ്റുള്ളവരെ

സ്നേഹിച്ച് കൊല്ലാൻ ബഹുമിടുക്കരുമാണ്. ആ ഒരൊറ്റ ഗുണത്തെ മാത്രമാണ് നമ്മൾ പ്രോത്സാഹിപ്പിക്കുന്നതും ബഹുമാനിക്കുന്നതും. ഭീകരവാദിയും വിഭജനവാദിയും ആവാതിരിക്കാനുള്ള അവരുടെ ഒടുക്കത്തെ ഒരു തന്ത്രപ്പാടാണത്. ഇത്രയും ശുദ്ധ "മതേതരന്മാർ" ഭൂമിയിലെവിടെയും ഉണ്ടാവാൻ തരമില്ല."

"പതുക്കപ്പെറ, വല്ലവനും കേട്ടാ കൊഴപ്പമാവും..."

"ഹേയ്, ഒന്നും ആവത്തില്ല. അവരിപ്പോഴും അവിടെത്തന്നെ തുടങ്ങിയിടത്തുതന്നെ... ഓർമ്മയുണ്ടോടി... നിനക്കീ കോളനിയുടെ പഴയ പേര്?"

"ഒണ്ടോണ്ടേയ്... കാക്കപ്പാടം. ആ മലയും മലയടിവാരോം ആരാ ഇങ്ങനെ പൊന്നാക്കി മാറ്റിയത്? നമ്മൾ അച്ചായന്മാർ. എന്നിട്ടും അവർ പഠിച്ചില്ല. ഇനിയൊട്ടും പടിക്കത്തും ഇല്ല..."

"ഇപ്പൊ എന്നതാഡി ഈ കോളനിയുടെ പേര്?"

"ഓ, എന്താ ഇച്ചായാ ഒരുമാതിരി ആക്കിയ ചോദ്യം, ഇപ്പോഴിത് പേരു കേട്ട "പാതിരിത്തറ"യല്ലിയോ..."

"ഓക്കെ, ഇനി ഓരോന്ന് വലിച്ചിട്ടാവാം ഡയലോഗ്സ്."

ചാണ്ടിയെ സ്നേഹത്തോടെ അന്നാമ്മ അകത്തേക്ക് ക്ഷണിച്ചു. സാധാരണ കസ്റ്റമേഴ്സുള്ള ദിവസങ്ങളിൽ അതിനകത്തേക്ക് അന്നാമ്മ വരത്തില്ല. ഇടപാടുകളൊക്കെ ചാണ്ടി നേരിട്ടാണ്. മൊബൈലിൽ ഒരു വിളി. അനുമതി കിട്ടിയാൽ അകത്ത്. ഒരു മണിക്കൂറിനുള്ളിൽ കിക്കായി പുറത്തിറങ്ങണം. അതിനിടയിൽ എത്ര എണ്ണം വേണമെങ്കിലും വീശാം. നോ, ബാർഗൈൻ. നോ കടം. ഇന്നു റൊക്കം നാളെക്കടം എന്ന പഴയ ആ രീതിതന്നെ. തെറിയും പുളിയും വളിയുമൊക്കെ ഹോംബാറിനു പുറത്ത്. ഗേറ്റു കടന്ന് ഉടൻ പോയേക്കണം എന്നർത്ഥം. ഓട്ടോയിലോ ബൈക്കിലോ കാറിലോ വരുന്നവരെ മാത്രമേ പന്നിച്ചൂളയിൽ തറവാട്ടിലേക്ക് കേറ്റത്തുള്ളൂ...

വിശാലമായ ഡൈനിങ് ഹാളിലെ മേശപ്പുറത്ത് സ്വർണ്ണവർണ്ണമാർന്ന സ്ഫടിക ഗ്ലാസുകൾ. തൊട്ടടുത്ത് ഐസ് ക്യൂബ് ബോക്സ്. കഴിക്കാനായി ചെരിച്ചു ചെത്തിയ കക്കരിയും കാരറ്റും സവോളയും ഉപ്പും കുരുമുളകും തൂവിയത്. കാട്ടുപന്നി വരട്ടി ഫ്രൈ ചെയ്തതും ചപ്പാത്തിയും. അപ്പൂപ്പനും അമ്മൂമ്മയും ആമോദത്തോടെ അവരുടെ ഇരിപ്പിടങ്ങളിൽ ചെന്നിരുന്ന് ചെറുതായി സിപ്പു ചെയ്യാൻ തുടങ്ങിയതും മേരിക്കുട്ടിയെത്തി: "റെജിച്ചായൻ ഇന്നു രാവിലേം എന്നെ വിളിച്ചാരുന്നു. ഹോംബാറിന്റെ കഴിഞ്ഞ ഒരു വർഷത്തെ വരവു ചെലവു കണക്ക് ഇ-മെയിലായി അയച്ചു കൊടുക്കാൻ പറഞ്ഞു ഇച്ചായൻ."

"അതൊക്കെ നീ വേണ്ടതു പോലങ്ങ് ചെയ്യ് കൊച്ചേ... ലാഭം അവരുടെ എക്കൗണ്ടിലോട്ട് വർഷാവസാനം അങ്ങെത്തിക്കോളും എന്നു പറ. കഴിഞ്ഞ മൂന്നു വർഷോം നല്ലോരു സംഖ്യ അവർക്ക് കിട്ടിയില്ലേ?"

"ഉവ്വ്"

"പിന്നെയെന്നാ കുഴപ്പം?"

"കുഴപ്പമൊന്നുമില്ല. മൂന്നു പെമ്പിള്ളാർക്കും നാലു ആമ്പിള്ളാർക്കും കൃത്യമായ വരവു ചെലവു കണക്കുകൾ വേണം. പന്നിച്ചൂളയിൽ പെട്രോൾ പമ്പ്, പന്നിച്ചൂളയിൽ ടെക്സ്റ്റൈൽസ്, പന്നിച്ചൂളയിൽ ജ്വല്ലേഴ്സ്, പന്നിച്ചൂളയിൽ ഫൈനാൻസിയേഴ്സ്, പന്നിച്ചൂളയിൽ റബ്ബർ ഡീലേഴ്സ് എന്നിവയുടെയൊക്കെ കണക്ക് മുറ തെറ്റാതെ മാനേജർ ഷിബു അയച്ചുകൊടുക്കുന്നുണ്ടത്രെ. അതുകൊണ്ട് അയാളെത്തന്നെ നമ്മുടെ ഹോംബാറിന്റെ ഉത്തരവാദിത്വവുംകൂടി ഏല്പിച്ചാലോ എന്നാണത്രേ ഓഹരിയുടമകളുടെ ഇപ്പോഴത്തെ ആലോചന."

"അതൊക്കെ അതിന്റെ വഴിക്കു നടക്കുമെന്നേയ്, നീ, ഓരോ ലാർജു കൂടെ എടുക്ക്... അന്നാമ്മയ്ക്ക് ആദ്യമായി ലൗ ലെറ്റർ കൊടുത്ത ദിവസവും കൂടിയാണിന്ന്. എല്ലാ ഞായറാഴ്ചയും ഞാനും അവളും ഇതങ്ങ് ഓർക്കും. പിന്നെ, ചിരിയോടു ചിരി.. ഓക്കെ, മേരിക്കുട്ടീ, പണ്ടു പണ്ട് ഇതുപോലൊരു ഞായറാഴ്ച പള്ളിയിൽനിന്നും ഇറങ്ങുമ്പോഴാ, കാട്ടുവഴിയിലൂടെ അവളുടെ പുറകെനടന്ന് നടന്ന്, ഒരുവൻ പാപം ചെയ്യുന്നതുപോലെ ആ കത്ത് രഹസ്യമായി അവൾക്ക് കൊടുത്തത്.."

അപ്പൂപ്പൻ അന്നാമ്മയെ നോക്കി ഗ്ലാസിലുള്ളത് ഒറ്റവലിക്ക് അകത്താക്കി ഒരു കക്കരി നുറുക്കെടുത്ത് ചവച്ചു. ഒരു കഷണം പന്നിയിറച്ചി വായിലിട്ട് നൊട്ടി നുണഞ്ഞു. പിന്നെ, പറഞ്ഞു: "അന്നു രാത്രി ഞാനുറങ്ങിയില്ല കേട്ടോ, ഇവളുടെ മനസ്സറിയാത്തതിനാൽ..."

"ഞാനും ഉറങ്ങിയില്ല എന്റെ മേരിക്കുട്ടീ..."

"ഹോ, അതെന്നാ?"

"അതോ, സന്തോഷം കൊണ്ടേയ്... അത്രമാത്രം സുന്ദരനല്ലായിരുന്നോ ഇങ്ങേര്..."

അന്നാമ്മ ലജ്ജയോടെ ചാണ്ടിയെ നോക്കുമ്പോൾ അയാളുടെ ചുളിഞ്ഞ വൃദ്ധമുഖം നിറയെ റോസാപ്പൂക്കൾ വിരിഞ്ഞുനില്ക്കുന്നു. അവരെഴുന്നേറ്റ് പ്രണയപാരവശ്യത്തോടെ അപ്പൂപ്പനരികിലേക്ക് ചെന്നു പതുക്കെ ആ മുഖം കോരിയെടുത്ത് ഒരുമ്മ കൊടുത്തതും മേരിക്കുട്ടി പരിഭവത്തോടെ എഴുന്നേറ്റ് അടുക്കളയിലേക്ക് പോയി. അന്നേരം, രണ്ടു മടങ്ങായി ചാണ്ടി തന്റെ സ്നേഹം അന്നാമ്മയ്ക്ക് തിരിച്ചുകൊടുത്തു. അതോടെ, ആ ദമ്പതികൾ ആവേശത്തോടെ സംസാരിക്കാൻ തുടങ്ങി. പരസ്പരം ഉമ്മവെച്ചും കെട്ടിപ്പിടിച്ചും പൊട്ടിച്ചിരിച്ചും വിതുമ്പിയും തേങ്ങിയും കരഞ്ഞും നല്ല ഒന്നാന്തരം ഒരു മസാലച്ചിത്രം കാണുന്നതുപോലെ തോന്നി മേരിക്കുട്ടിക്ക്. അവളിതെത്ര കണ്ടതാണ്, ഇനിയുമെത്ര കാണാനിരിക്കുന്നു എന്ന മട്ടിൽ ഉച്ചയ്ക്കുള്ള ഊൺ ശരിയാക്കാൻ തുടങ്ങി. അലക്കാനുള്ളതെല്ലാം ഒരു മൂലയിലേക്ക് കൂട്ടിയിട്ടു. അന്നേരത്താണ് അവളുടെ സെൽഫോൺ ശബ്ദിച്ചത്. നോക്കുമ്പോൾ റെജിയച്ചായൻ തന്നെ. ഏറ്റവും ഇളയവൻ. സോഫ്റ്റ് വെയർ എഞ്ചിനീയർ. അമേരിക്കയിൽ സ്ഥിരതാമസം. പെണ്ണുമ്പിള്ള റോസി ഏതോ ഹോസ്പിറ്റ

ലിലും. എന്നാ, സുഖം? മേരിക്കുട്ടി, റെജിയെ കുറെ മോഹിച്ചതാണ്. കുറേ സംസാരിച്ചതാണ്. കെട്ടിപ്പിടിച്ചതാണ്. റെജി കെട്ടാമെന്നേറ്റതാണ്. പ്രണയം തന്നതാണ്. പല തവണ കൂടെക്കിടന്നതാണ്. പറഞ്ഞിട്ടെന്ത്, അപ്പൂപ്പനും അമ്മൂമ്മയും സമ്മതിക്കണ്ടേ? പണത്തോടുള്ള ആർത്തിക്ക് ഇനിയും ഒരു ഇളവും വന്നിട്ടില്ല. അതുകൊണ്ടാണല്ലോ ഇവറ്റ രണ്ടും കൂടി ഈ വയസ്സാംകാലത്തുപോലും ഹോംബാറു നടത്തി ജീവിക്കുന്നത്.

ചാണ്ടിയുടെ അപ്പൻ കുഞ്ഞുവറീതു ചേട്ടൻ പാലായിൽനിന്നും മല യടിവാരത്തിലെ കാക്കപ്പാടത്തെത്തുമ്പോൾ ഇവിടം നിറയെ ഭീകരമായ കാടായിരുന്നു. വന്യജീവികളുടെ സങ്കേതം. ഭൂമിയൊന്നും ആർക്കും വേണ്ട. എങ്ങനെയെങ്കിലും ജീവിച്ചുപോയാ മതിയായിരുന്നു. ചുളുവി ലാണ് കുഞ്ഞുവറീതിനു പത്തിരുപത് ഏക്ര ഒരു ഹാജ്യാരിൽനിന്നും കിട്ടിയത്. അതു നന്നേ ചെറിയ വിലക്ക്. ആ ഭൂമി കൃഷി ചെയ്തു സ്വർണ്ണം വിളയിച്ചു കുഞ്ഞുവറീതും കുടുംബവും. അതോടെ പാലായിൽനിന്നും തിരുവല്ലായിൽനിന്നും മീനച്ചിലാറിൽനിന്നും കൂട്ടത്തോടെ ആളുകൾ വന്ന് ഭൂമി സ്വന്തമാക്കി. കോളനി നിറയെ തെക്കന്മാരായി. ഒരുനാൾ കവല യിൽ കുരിശുണ്ടായി; കുരിശുപള്ളിയുണ്ടായി, പള്ളിക്കൂടമുണ്ടായി, ക്രിസ്മസ് ആഘോഷമുണ്ടായി, പള്ളി നേർച്ചയുണ്ടായി... പലിശയു ണ്ടായി... കണക്കുണ്ടായി... വാറ്റുണ്ടായി... വാശിയുണ്ടായി... പീഡനമു ണ്ടായി... കൈയേറ്റങ്ങളും കച്ചറകളുമുണ്ടായി...

മേരിക്കുട്ടി ഫോണിന്റെ സംഗീതത്തിന് അധികം ആയുസ്സു കൊടു ക്കാതെ ചെവിയിൽ വെച്ചു. അപ്പുറത്തുനിന്നും അവൾ പ്രതീക്ഷിച്ചതു തന്നെ. പ്രേമപരവശനായ കാമുകൻ. ഭാര്യ ജോലിക്കുപോയ തക്കം നോക്കി ഇന്ത്യയിലെ ഒരു കുഗ്രാമത്തിലെ, അതും മലയടിവാരത്തിലെ പാവപ്പെട്ട വീട്ടിലെ പെണ്ണിനോടുള്ള കൊഞ്ചൽ. അവൾ പതുക്കെ റെജി യോടു പറഞ്ഞു: “എടാ മോനേ ദിനേശാ... നീയാ റോസിച്ചേടത്തിയെ സഹിച്ചേ പറ്റൂ. അവരുടെ കാശുകണ്ടല്ലിയോ അപ്പച്ചനും അമ്മച്ചീം ഗ്രീൻ കാർഡെന്നൊക്കെപ്പറഞ്ഞ് നിന്നെ അങ്ങോട്ടയച്ചത്..”

“അതെയതെ; രണ്ടുപേരും നന്നായി വീശിത്തുടങ്ങി. ഇത്തിരി കൂടി കഴിഞ്ഞാൽ ബഹളമൊക്കെ തീർന്ന് ഉറങ്ങാൻ കിടക്കും. അന്നേരം വിളി. നിനക്കു വേണ്ടതൊക്കെ അപ്പൊ തരാം. ബാലൻസ് ഷീറ്റും ഡെപ്പോ സിറ്റും ഫിക്സഡ് അസ്സറ്റുമൊക്കെ. പേരേഡോ...”

മേരിക്കുട്ടി ഫോൺ ഓഫ് ചെയ്തു തെല്ലുനേരം കസേരയിലിരുന്നു കണ്ണടച്ചു: “ഓരോരുത്തന്മാരുടെ ഓരോരോ കാര്യങ്ങളേയ്... അമേരിക്കേല് കെടക്കുന്നവന് മേരിക്കുട്ടിയുടെ കിളിമൊഴി കേൾക്കണമത്രെ ഉറക്കം വരണമെങ്കിൽ... എന്നാ, കാര്യം? ഓ, ഒരു കാര്യവുമില്ലെന്നേയ്.. അടുത്ത വരവിന് വിസ ശരിയായിക്കിട്ടട്ടെ... പതിനഞ്ചാം പക്കം, ആ യക്ഷിയിൽ നിന്നും റെജിച്ചായനെ മേരിക്കുട്ടി രക്ഷിക്കും. പിന്നല്ലാണ്ട്... അവിടെയാ വുമ്പൊ ഇതൊന്നും ഒരു പ്രശ്നമാവത്തില്ല. ഭാര്യാഭർത്താക്കന്മാരെ ന്നൊക്കെ പറഞ്ഞ് പേടിപ്പിക്കുന്നത് നമ്മുടെ നാട്ടിലല്ലേ ഒള്ളൂ?”

അവളുടെ മനസ്സ് മഞ്ഞുതിർന്നു വീഴുന്ന ഡിസംബറിലെ റബ്ബർക്കാടുകൾപോലെ കുളിരാർന്നു. നേർത്ത കാറ്റിൽ ചെറിയ തോതിൽ ആടി. അമ്മച്ചിയുടെ ഞരക്കവും കണ്ണുകളിലെ ദയനീയതയും റെജിയച്ചായന്റെ കാരുണ്യവും തെളിഞ്ഞുവരാൻ തുടങ്ങി. അവൾ കണ്ണുകൾ അമർത്തിത്തുടച്ച് ബാക്കിവെച്ച അടുക്കളപ്പണിയിലേക്കുതന്നെ തിരിഞ്ഞു. റെജി വീണ്ടും വിളിക്കുമ്പോൾ തീർച്ചയായും അമ്മയുടെ കാര്യം പറയണം. അഭയകേന്ദ്രത്തിൽനിന്നും തിരിച്ചുകൊണ്ടുവന്ന് വീട്ടിൽ താമസിപ്പിക്കണം. അപ്പച്ചനുമായുള്ള പിണക്കം തീർക്കണം. അതിന് റെജി വിചാരിച്ചാലേ നടക്കൂ. അല്ലാതെ ഇനിയിപ്പൊ ഏതു കർത്താവു വിചാരിച്ചാലും നടക്കുകേല. മേരിക്കുട്ടി അങ്ങനെ ഉറച്ചു വിശ്വസിച്ചു.

പെട്ടെന്ന്, മേരിക്കുട്ടിയുടെ ചിന്തകളിലേക്ക് നേരിയ തോതിലൊരു ആരവം കടന്നുവന്നു. താരാട്ടിന്റെ ഈണംപോലെ അതവളെ പൊതിഞ്ഞു. അധികം താമസിയാതെ ആരവം ആർപ്പുവിളിയായി അടുത്തടുത്തു വരുന്നതുപോലെ അവൾക്കു തോന്നി. ഉടനെ കണ്ണു തുറന്നു ചെവി വട്ടം പിടിച്ച് ഡൈനിങ് ഹാളിലേക്കോടിച്ചെന്നു. നോക്കുമ്പോൾ കുഴപ്പമൊന്നുമില്ല. രണ്ടുപേരും അവരവരുടെ ഏകാന്തമായ ലോകത്തിരുന്ന് സ്വയം ആനന്ദിക്കുകയാണ്. അപകടങ്ങളൊന്നും ഉണ്ടാക്കിയിട്ടില്ല. അതോടെ മേരിക്കുട്ടി വീണ്ടും വല്ലാതെ ഞെട്ടിപ്പോയി. കാരണം, പന്നിച്ചൂളയിൽ തറവാട്ടിലേക്ക് വലിയൊരു ആൾക്കൂട്ടം കടന്നു വരികയാണ്. സംശയമില്ല, അവർ അവളെ തിരഞ്ഞു വരിക തന്നെയാണ്... ഒന്നു രണ്ടു പൊലീസുകാരും പിന്നെ, അപ്പച്ചനും അപ്പച്ചന്റെ ആ മറ്റവളും. അവൾ, വിറയലോടെ ജനലിലൂടെ പുറത്തേക്ക് നോക്കിയതും വല്ലാതെ തളർന്നുപോയി. റബർമരങ്ങളിൽ ഉച്ചക്കാറ്റു വീശിയടിച്ചു. മനസ്സിനു മുകളിൽ ആരവം കനത്തു പെയ്യാൻ തുടങ്ങി.

ഉച്ചയുടെ ആന്തലിലും കനപ്പിലും കാറ്റിലുംപെട്ട് പൊള്ളലേറ്റ മേരിക്കുട്ടി പെട്ടെന്ന് ബോധത്തിലേക്ക് തിരിച്ചുവന്നു. ഉടനെത്തന്നെ വീണ്ടും ഹാളിലേക്ക് ധൃതിയോടെ ഓടിച്ചെല്ലുമ്പോൾ അപ്പൂപ്പനും അമ്മൂമ്മയും തേജസ്സാർന്ന മുഖവുമായി അതേ ഇരിപ്പുതന്നെ. രണ്ടുപേരും അദൃശ്യവും ദിവ്യവുമായ ഒരു ലോകത്തിലൂടെ ഒരുമിച്ചു സഞ്ചരിക്കുന്നതായി മേരിക്കുട്ടിക്കു തോന്നി. മാലാഖമാരുടെ ചിറകടിയും താളത്തിലുള്ള ഈരടികളും വീടിനകത്ത് സംഗീതമഴയായി നിറയുന്നതുപോലെ. അവൾക്ക് ആനന്ദവും അത്ഭുതവും അതിലേറെ ദേഷ്യവുമുണ്ടായി. സഹിക്കവയ്യാതായപ്പോൾ അവൾ അലറി: "അപ്പൂപ്പാ..."

പിന്നെ, തെല്ല് ഉച്ചത്തിൽ പരിഭവത്തോടെ വിളിച്ചു പറഞ്ഞു: "ദേ ഈ മേരിക്കുട്ടിയെ രണ്ടാളും കൂടി ഇങ്ങനെ പറ്റിക്കല്ലേ, ഞാൻ അടുക്കളയിലായിരുന്നു കേട്ടോ. ഓരോ ലാർജു കൂടെ എടുത്തോട്ടെ...?"

രണ്ടുപേരുടെയും ഒരു മറുപടിയും കേൾക്കാതായപ്പോൾ മേരിക്കുട്ടിയുടെ കൈകാലുകളിൽ ഒരുതരം തരിപ്പ് കടന്നു കയറാനും ശരീരമൊന്നടങ്കം വിയർപ്പു പൊടിയാനും തുടങ്ങി. അവൾ ധൈര്യത്തോടെ, വിദൂര

ങ്ങളിൽ കണ്ണും നട്ട് ജനാലയ്ക്കരികിലെ സോഫയിലിരിക്കുന്ന അമ്മൂമ്മയെ ചുമലടക്കി പിടിച്ചതും ഒരു ഇലയനക്കം പോലെ ദാ... അമ്മൂമ്മ തൊട്ടപ്പുറത്തിരിക്കുന്ന അപ്പൂപ്പനരികിലേക്കും അപ്പൂപ്പൻ അമ്മൂമ്മയ്ക്കരികിലേക്കും പതുക്കെ ചെരിയുന്നതു കണ്ടു. മേരിക്കുട്ടിക്ക് സഹിക്കാനായില്ല. അതുവരെയുണ്ടായിരുന്ന എല്ലാ ധൈര്യവും ചോർന്നുപോയി അവൾ അട്ടഹസിച്ചു.

5

എക്സ്ക്ലൂസീവ്

നേരാണ് ഇച്ഛാഗിരിയെ കൊലചെയ്യണമെന്ന ഗൂഢപദ്ധതിയുമായി നടക്കുകതന്നെയായിരുന്നു ഞാൻ. ഒരു മുൻപരിചയവുമില്ലാത്ത എന്നെത്തേടി അത്തരമൊരു ദൗത്യം വരാനുണ്ടായ കാരണം, കൊലപാതകങ്ങളോടുള്ള അമിത പ്രണയവും സിനിമകളിൽ കാണുന്ന കൊലപാതകരീതികളെ പുനരാവിഷ്കരിച്ച് എന്റേതായ രീതിയിൽ ചങ്ങാതിമാർക്കിടയിൽ പറഞ്ഞു രസിക്കുകയും ചെയ്യുന്ന ശീലം എനിക്കുണ്ടായിരുന്നതുകൊണ്ടാവാം. അല്ലെങ്കിൽ, ഈ പാവത്താൻ ലുക്കും മാന്യമായ തൊഴിലുംചെയ്ത് ജീവിക്കുന്ന ഒരു ശരാശരി മലയാളി ആയതുകൊണ്ടാവാം. ലോകത്ത് നടക്കുന്ന ഭൂരിഭാഗം കൊലപാതകങ്ങളെയുംപോലെ ആസൂത്രണംചെയ്ത് കഴിഞ്ഞ്, ദിവസവും സമയവും സന്ദർഭവും ഒത്തുവരുന്നതുവരെ ആർത്തിയോടെ ഇരയെ വീക്ഷിച്ച് നടക്കുകതന്നെയായിരുന്നു ഞാനും. അതിനിടയിൽ ഒരു ദിവസം വളരെ യാദൃച്ഛികമായി അത് സംഭവിക്കുകയായിരുന്നു. സംഭവിച്ച് കഴിഞ്ഞപ്പോൾ, ഏതൊരു പ്രവൃത്തിയെയുംപോലെ ആ ക്രിയയോട് സമരസപ്പെടുകയും അകപ്പെട്ട കുടുക്കിൽനിന്ന് എങ്ങനെ രക്ഷപ്പെടണമെന്ന് ചിന്തിക്കുകയുമാണ് ചെയ്തത്. ആ ധൃതിയിൽ പറ്റിപ്പോയ ചെറിയൊരു കൈയബദ്ധമാണ് പിടിക്കപ്പെടാനുണ്ടായ ഏക കാരണം. അതല്ലാതെ നമ്മുടെ ഇൻവെസ്റ്റിഗേഷൻ ടീമിന്റെ കഴിവോ ബുദ്ധിയോ പഴഞ്ചൻ രീതിയിലുള്ള അന്വേഷണമോ അല്ല. കൊലപാതകംതന്നെ ഒരു കലയാണെന്ന് മനസ്സിലായത് നിങ്ങൾ വിചാരിക്കുന്നതുപോലെ ഒരു ഹിച്ച്കോക്ക് സിനിമയുടെ ആരാധകനായതുകൊണ്ടൊന്നുമല്ല. എന്റെ കുട്ടിക്കാലത്ത്, ഞങ്ങളുടെ നാട്ടിൽ നടന്ന പ്രമാദമായ ഒരു കൊലപാതകത്തെക്കുറിച്ച് കേട്ടുകേട്ടാണ് ഞാൻ വളർന്നത്. അന്ന് മുതലേ, എന്റെയുള്ളിലൊരു കൊലപാതകി ഒളിഞ്ഞുകിട

പ്പുണ്ടായിരിക്കണം. ഭാവനകൊണ്ടും വായനകൊണ്ടും സിനിമകളിലെ ദൃശ്യങ്ങൾകൊണ്ടും ആ കൊലപാതകിയെ ഞാനങ്ങനെ വളർത്തിയെടുത്തതാവാം. എന്തിന് പറയുന്നു, ഇന്നിപ്പോൾ അങ്ങനെയൊന്നും വേണ്ടിയിരുന്നില്ല എന്ന് കൃത്യമായും തോന്നുന്നുണ്ട്. പറഞ്ഞിട്ട് കാര്യമില്ലല്ലോ. പെട്ടുപോയില്ലേ സാർ?

സത്യം പറഞ്ഞാൽ കൊലപാതകത്തേക്കാൾ ശ്രദ്ധചെലുത്തേണ്ടത് അത് ചെയ്യുന്ന രീതിയിലാണ്. ഇതുവരെ ആരും പരീക്ഷിച്ചിട്ടില്ലാത്ത, ഒരു സിനിമയിലും അവതരിപ്പിച്ചിട്ടില്ലാത്ത ഒരു സ്റ്റൈൽ ആദ്യമേ കണ്ടെത്തണം. എങ്കിൽപ്പിന്നെ, ഏതൊരു കൊലപാതകവും സിമ്പിൾ ആയി ചെയ്യാനും പിടികൊടുക്കാതെ രക്ഷപ്പെടാനും കഴിയും. കൊലചെയ്യാൻ പോകുന്ന ആ സുന്ദരമായ മനുഷ്യൻ അതർഹിക്കുന്നുണ്ടോ എന്നുകൂടി പരിശോധിക്കണം. തീർച്ചയായും ഇച്ഛാഗിരി അത് അർഹിക്കുന്നവൻ തന്നെയായിരുന്നു.

ആട്ടെ, താങ്കളുടെ മനസ്സിലുള്ള നവീനമായ രണ്ട് മൂന്ന് കൊലപാതക രീതികൾ ചെറുതായൊന്ന് വിവരിക്കാമോ? അന്വേഷണോദ്യോഗസ്ഥർക്ക് ഇത്തരം കൊലപാതകങ്ങൾ വേഗത്തിൽ കണ്ടുപിടിക്കാൻ ഉപകരിക്കുമല്ലോ?

കാര്യങ്ങൾ തുറന്നുപറയുന്നതിൽ എനിക്ക് പ്രയാസമൊന്നുമില്ല. പക്ഷേ, സിനിമകളിലെ കൊലപാതകങ്ങൾ ആസ്വദിച്ചു കണ്ട് പ്ലാൻ ചെയ്യുന്നവരും പത്രക്കാർ ഭാവനകൊണ്ട് മെനയുന്ന നുണക്കഥകൾ വിശ്വസിച്ച് അനുകരിക്കാൻ ശ്രമിക്കുന്നവരും സീരിയലുകൾ കണ്ടും പരസ്യങ്ങളുടെ മായികഭ്രമത്തിൽപ്പെട്ടും സുഖിക്കാനായി എന്ത് തോന്ന്യാസവും ചെയ്യാൻ മടിയില്ലാത്തവരും കൂത്താടുന്ന ഒരു നാടാണിത്. ജീവിതം എങ്ങനെയും ആഘോഷമാക്കി മാറ്റാൻ ഓടിപ്പാഞ്ഞ് നടക്കുന്നവരുടെ പറുദീസ. അന്യന്റെ പോക്കറ്റിലെ പണം മാത്രമല്ല, ഭാര്യയെവരെ യാതൊരു അദ്ധ്വാനവുംകൂടാതെ സൂത്രത്തിൽ എങ്ങനെ തട്ടിയെടുക്കാം എന്ന വിചാരത്തോടെ ദിനരാത്രങ്ങൾ താണ്ടുന്നവർ. അതുകൊണ്ട്, നിരന്തര പഠനങ്ങളിലൂടെയും ഭാവനകളിലൂടെയും സ്വയം കണ്ടുപിടിച്ച അത്തരം നവീന രീതികൾ പറഞ്ഞ് ഒരു മനുഷ്യനെയും വഴിതെറ്റിക്കാൻ കൊലപാതകിയാണെങ്കിലും എനിക്കാവില്ല.

നിങ്ങൾ ആരെയോ ഭയപ്പെടുന്നു...?

ഞാൻ ഒരുത്തനെയും പേടിക്കുന്നില്ല. മറിച്ച് അവരാണ് എന്നെ ഭയപ്പെടുന്നത്. രാഷ്ട്രീയക്കാരെക്കാൾ മെയ്വഴക്കവും തന്ത്രങ്ങളും കുതന്ത്രങ്ങളും എന്ത്, എപ്പോൾ, എങ്ങനെ പറയണം, പറയരുത്, എന്നെല്ലാം കൃത്യമായി മനസ്സിലാക്കിയവരാണ് സാർ ഇന്നത്തെ കൊലപാതകികളും കള്ളന്മാരും വ്യഭിചാരിണികളും ന്യൂജനറേഷൻ താത്രിക്കുട്ടിമാരും. വിവരവും വിദ്യാഭ്യാസവുമുള്ള വെൽസെറ്റിൽഡ് പ്രഫഷനൽസ്. അതുകൊണ്ടാണ് എന്തെങ്കിലും വെളിപ്പെടുത്തുമെന്ന് പറയുമ്പോഴേക്കും ദൂതന്മാർവശം കെട്ടുകളെത്തുന്നത്. അവർ ജനങ്ങളെ മൊത്തം വഞ്ചിച്ച് സുഖ

ജീവിതം നയിക്കുമ്പോൾ അവരുടെ ആർഭാടജീവിതത്തിലെ ചില അപൂർവ്വനിമിഷങ്ങൾ മാത്രം വിറ്റുതിന്നാണ് ഞങ്ങൾ കളിക്കുന്നതെന്നർത്ഥം. കാൽനൂറ്റാണ്ട് കാലത്തെ നിങ്ങളുടെ പത്രപ്രവർത്തന പരിചയം മുഴുവൻ എടുത്ത് പയറ്റിയാലും ആർക്കുവേണ്ടിയാണ് ഞാനിത് ചെയ്തതെന്ന് നിങ്ങൾക്ക് പറയിക്കാനാവില്ല.

അപ്പോൾ നിങ്ങളൊരു യഥാർത്ഥ ഭീരുവാണെന്നർത്ഥം?

നോക്കൂ, ഇപ്പോൾ നമ്മൾ സംസാരിച്ചുകൊണ്ടിരിക്കെ, ഈ കൊലപാതകത്തിലെ ഗുണഭോക്താക്കൾക്കുവേണ്ടി എന്റെ വക്കീലിന്റെ മൊബൈലിലേക്ക് ഒട്ടനവധി കോളുകൾ പോയിട്ടുണ്ടാവും. വീട്ടിലേക്ക് കൂടുതൽ കാശെത്തിയിട്ടുണ്ടാവും.

പ്ലീസ്.... അയാളെക്കുറിച്ച് എന്തെങ്കിലും ചില സൂചനകൾ?

സുഹൃത്തേ, ഞാൻ പറഞ്ഞുവല്ലോ, അതെന്നെക്കൊണ്ട് പറയിക്കാൻ നിങ്ങൾക്കാവില്ലെന്ന്... നമ്മുടെ നാട്ടിൽ കൊലപാതകം നടത്തിയവനും ബലാത്സംഗം ചെയ്തവനുമൊക്കെ ശിക്ഷ വിധിച്ചു കിട്ടണമെങ്കിൽ ചുരുങ്ങിയത് കാൽനൂറ്റാണ്ടെങ്കിലും കഴിയേണ്ടേ? ഒരുപക്ഷേ, അത്രയും കാലം ജയിൽശിക്ഷ അനുഭവിച്ചാൽത്തന്നെ, കുറ്റക്കാരനല്ലെന്ന് കണ്ട് കോടതി വെറുതെയും വിടാം. തന്റെ പേരിലുള്ള കുറ്റമെന്തെന്നറിയാതെ കാലങ്ങളായി ജയിലിൽ കിടന്ന് നരകിക്കുന്നവർ അതിന് പുറമെയും. നിങ്ങൾതന്നെ ആലോചിച്ച് നോക്കൂ... ഇന്ത്യൻ പ്രധാനമന്ത്രിയെ കൊന്നവർ വരെ വർഷങ്ങളായി സുഖമായി ജീവിക്കുന്നില്ലേ? പിന്നെയല്ലേ, ഈ ഇച്ഛാഗിരി? മാത്രവുമല്ല, ഭരണകൂടത്തിന് ആവശ്യം വരുമ്പോൾ അറുത്ത് കഴിക്കാനായി ജയിലിലിൽ തീറ്റിപ്പോറ്റി വളർത്തുന്ന അപൂർവ്വ ജനുസ്സിൽപ്പെട്ട ചില ഇറച്ചിക്കോഴികളിൽപെട്ടവനുമല്ലല്ലോ ഞാൻ? അതുകൊണ്ട് വളരെ താമസിയാതെ ക്ലീനായി ഞാൻ പുറത്തിറങ്ങും. സുഖമായി കുടുംബജീവിതം നയിക്കും. ജോലിയിലേക്ക് തിരിച്ചുപോകും. മാസംതോറും വീട്ടിൽ കിട്ടാനുള്ളതിൽ ഒരു നൂറ് രൂപ എപ്പോഴെങ്കിലും കുറഞ്ഞാൽ ഇതുപോലെ എക്സ്ക്ലൂസീവ് എന്ന് പറഞ്ഞ് ഞാൻ വീണ്ടും നിങ്ങളെ വിളിക്കും....

ഓക്കെ, അവസാനമായി ഒരൊറ്റച്ചോദ്യം: കേരളത്തെക്കുറിച്ച് താങ്കളുടെ സ്വപ്നമെന്താണ്?

ഓരോ വാർഡിലും ചുരുങ്ങിയത് ഒരു ബാറും ഒരു വേശ്യാലയവും സർക്കാർ നേതൃത്വത്തിൽ ആരംഭിക്കുക. പുതിയ രണ്ട് വകുപ്പും രണ്ട് മന്ത്രിമാരും. ഇന്ന് കേരളത്തിന് ഏറ്റവും അത്യാവശ്യമായത് ഇതാണ്. എല്ലാ മതവിഭാഗക്കാരുടെയും ആരാധനാലയങ്ങളും സ്കൂളുകളും ആശുപത്രികളും നമ്മുടെ നാട്ടിൽ സുലഭമാണ്. ആവശ്യത്തിലധികം എന്നുതന്നെ പറയാം. മാത്രവുമല്ല, സ്കൂൾ - ആശുപത്രി കച്ചവടത്തേക്കാൾ മെച്ചവും അതിനായിരിക്കും.

താങ്കൾക്കനുവദിച്ച സമയം കഴിഞ്ഞു എന്ന് തോന്നുന്നു...

നന്ദി... സുഹൃത്തേ നന്ദി....

6

അച്ഛൻ

ആദ്യമായി ഡോക്ടറുടെ മുന്നിലെത്തുമ്പോൾ മരണം രുചിക്കാനാരംഭിച്ച നിസ്സഹായതയോടെ, സങ്കടങ്ങളുടെയും നഷ്ടങ്ങളുടെയും മഞ്ഞുമൂടിയ മനസ്സുമായി അയാൾ പഴയ ആ സുഹൃത്തിനെ നോക്കി. കേരളത്തിലെ അറിയപ്പെടുന്ന കാർഡിയോളജിസ്റ്റ്. സംസ്ഥാനത്ത് ആദ്യമായി ഓപ്പൺ ഹാർട്ട് സർജറി തുടങ്ങിയ മെഡിക്കൽ സെന്ററിലെ പ്രഥമ മേധാവി.

ഓജസ്സ് കുത്തിയൊലിച്ചു പോയ മുഖത്ത് യഥാർത്ഥ ഭീരുവിന്റെ ചടച്ച യാചന തിളങ്ങിക്കണ്ടപ്പോൾ ഡോക്ടർ പറഞ്ഞു: "ഗോപീ, പേടിക്കാനൊന്നുമില്ല. ഇതൊക്കെ ഇപ്പൊ നമ്മുടെ നാട്ടിൽ സാധാരണയാണെന്നേയ്... പഴയ കാലത്ത് സിസേറിയൻ എന്നു പറയുമ്പോഴേക്കും ആളുകൾ പേടിച്ചിരുന്നില്ലേ? ഇന്നോ സിസേറിയൻ തന്നെ ആയിക്കോട്ടെ എന്നല്ലേ പറയുന്നത്? അത്രേയുള്ളൂ കാര്യങ്ങൾ...

ഗോപിനാഥ് വിശ്വാസം വരാതെ വിജയകുമാറിനെ വിസ്മയത്തോടെ നോക്കി കസേരയിലിരുന്നു. പിന്നെ, പതുക്കെ കഴുത്തു നീട്ടി ചോദിച്ചു: എനിക്കറിയേണ്ടത് ബൈപ്പാസ് സർജറി കഴിഞ്ഞാൽ എല്ലാ കാര്യങ്ങളും പഴയതുപോലെ തുടരാനാകുമോ എന്നാണ്!

ഡോക്ടർ അറിയാതെ ഉച്ചത്തിലങ്ങ് ചിരിച്ചപ്പോഴാണ് അതുവരെ തികച്ചും മനഃസ്താപത്തോടെ ഏതോ ലോകത്തെന്നവണ്ണം ഇരിക്കുകയായിരുന്ന അയാളുടെ ഭാര്യ ഓർമ്മയിൽനിന്നും തെന്നി രണ്ടുപേരെയും മാറി മാറി ഭീതിയോടെ നോക്കിയത്.

ഒന്നാമത്തേത്, അതായത് സ്മോക്കിങ് പറ്റേ വർജ്ജിക്കേണ്ടി വരും. ബാക്കി രണ്ടും ആസ് യു വിഷ്? ബട്ട്, യു മസ്റ്റ് ഹാവ് കൺട്രോൾ.

റിയലി?

യേസ്... ഷുവർ...

ഗോപിനാഥ് എന്ന ബാങ്കു മാനേജരുടെ കണ്ണുകളിൽ ആ നിമിഷം പൂത്തുവന്ന വലിയൊരു പ്രണയമരത്തിൽ വീണ്ടും വീണ്ടും പൂക്കൾ വിരിയാൻ തുടങ്ങുന്നത് വിജയകുമാർ കൗതുകത്തോടെ ആസ്വദിച്ചു കണ്ടു. ആസ്പത്രിക്കിടക്കയിലേക്ക് നിരന്തരം കാളുകൾ വന്നുകൊണ്ടേയിരുന്നു. പ്രാർത്ഥനകളോടെ, ആകാംക്ഷയോടെ, കരച്ചിലോടെ. ഓരോ കാൾ റിങ് ചെയ്യുമ്പോഴും മകളെടുക്കുന്നതിനു മുമ്പായി ഫോണെടുക്കാൻ അയാൾ ധൃതി കാണിച്ചു. യൗവനത്തിന്റെ ഉരുക്കുകൈ പിടിക്കാൻ വെമ്പി നില്ക്കുന്ന അവൾക്കാവട്ടെ അത് അതീവ രസകരമായിത്തോന്നി. അവൾ പറഞ്ഞു: എന്റച്ഛാ... അതൊക്കെ ഞാനെടുത്തുത്തോളും... ആരാണെങ്കിലും എനിക്ക് യാതൊരു കുഴപ്പവുമില്ല. അഖിലയ്ക്കറിയാലോ അച്ഛന്റെ കഴിഞ്ഞ ഒന്നു രണ്ടു വർഷത്തെ ചുറ്റിക്കളികൾ. അമ്മയെപ്പോലെയല്ലല്ലോ ഇപ്ലത്തെക്കുട്ട്യാള്.

അപകടകാരിയല്ലാത്ത മറ്റൊരു അറ്റാക്കു കൂടി. അതോടെ അയാൾ വളരെയധികം റിലാക്സഡ് ആയി. അല്ലെങ്കിൽ എത്ര കാലാ മനുഷ്യനിങ്ങനെ ഇതൊക്കെ മനസ്സിലിട്ട് വീർപ്പുമുട്ടിക്കഴിയുക? ഒരിക്കലെങ്കിലും ഒരാളോടെങ്കിലും ഇതു തുറന്നു പറയണമെന്ന് വിചാരിച്ചു നടക്കുകയായിരുന്നുവല്ലോ. സുമയോട് പറയാനുള്ള ത്രാണി പണ്ടേ ഇല്ല. അവളിത് അറിയാനും പാടില്ല. അതുകൊണ്ടാണ് ബൈ-സ്റ്റാന്റായി മകളെ പ്രിഫർ ചെയ്തത്. മോളാവുമ്പോ ഇത്തിരി വിവരവും വിവേകവും ധൈര്യവും സെൻസുമൊക്കെയുണ്ടല്ലോ എന്നറിയാമായിരുന്നു.

അയാൾ തെല്ലൊരു ജാള്യത്തോടെ മകളുടെ മുഖത്തേക്ക് നോക്കാതെ വിചാരണയ്ക്കു തയ്യാറായി പറഞ്ഞു: "അവരെന്റെ ഏറ്റവും അടുത്ത ഫ്രണ്ടാണ്."

അഖില പൊട്ടിപ്പൊട്ടിച്ചിരിച്ചു: "നന്നായി. അമ്മയേയും മോളേയും അറിയിക്കാൻ പറ്റാത്ത ലോകത്തിലെ ഏക ഫ്രന്റ്. ഓപ്പറേഷനും വിശ്രമവും കഴിഞ്ഞ് നമുക്ക് അവരെപ്പോയിക്കാണാം... എന്താ?"

അയാൾ മറുപടി പറയാതെ ലജ്ജയോടെ കണ്ണടച്ചു. അന്നേരം വിശാലമായ ബാങ്ക് ഓഫീസിലെ വാതിലിനുമുന്നിൽ ഹൈഫ. ഗോപിനാഥ് ക്ഷണിച്ചു: യേസ് കമിൻ.

ഭവ്യതയോടെ, ആദരവോടെ മുന്നിലെ കസേരയിലിരുന്ന് അയാളുടെ കണ്ണുകളിലേക്ക് ആനന്ദത്തോടെ ഹൈഫ നോക്കി. കൈയിലെ ഫയലുകൾ മുന്നിലേക്ക് നീട്ടി ചെറുങ്ങനെ പുഞ്ചിരിച്ചു. ഒരു ഭീമൻ സംഖ്യയുടെ ലോണിനു വേണ്ടിയായിരുന്നു അവളെത്തിയിരുന്നത്. നഗരമദ്ധ്യത്തിൽ അവളുടെതന്നെ പേരിലുള്ള സ്ഥലം. കൊട്ടാരസമാനമായ വീട്. റിയൽ എസ്റ്റേറ്റു വ്യവസായിയായ ഭർത്താവ്. മക്കളില്ല. അതിനുവേണ്ടി പരിശ്രമിക്കാൻ ഭർത്താവിനു സമയവുമില്ല.

വീതിയേറി, ഇത്തിരി തടിച്ച ഫ്രെയ്മുള്ള കണ്ണടയ്ക്കുള്ളിൽ വലിയൊരു നീലത്തടാകം കുടിച്ചു വറ്റിക്കാനുള്ള ദാഹം അടയിരിക്കുന്നതായി

ഗോപി കണ്ടു. നാല്പത്തഞ്ചു കഴിഞ്ഞ മദ്ധ്യവയസ്കന് മുപ്പതു കഴിഞ്ഞ കുലീനയും പ്രൗഢയുമായ സ്ത്രീയോടു തോന്നുന്ന എല്ലാ ബഹുമാനത്തിനും അപ്പുറമായിരുന്നു ആ കാഴ്ചയിൽ അയാളിലുണർന്ന വികാര വിചാരങ്ങൾ. പഠിക്കുന്ന കാലത്തുപോലും ഇത്തരമൊരു മോഹത്തിൽപ്പെട്ടതായി ഗോപിനാഥിനോർമ്മയില്ല. പിന്നെ എല്ലാം എളുപ്പത്തിലായി. സംഗീതത്തെക്കുറിച്ചും പ്രണയത്തെക്കുറിച്ചും സിനിമയെക്കുറിച്ചും സാഹിത്യത്തെക്കുറിച്ചും തുടങ്ങി ദാമ്പത്യേതര ലൈംഗികതവരെ എത്തി സംസാരങ്ങൾ. ഗോപിയുടെ ആർദ്രമായ മനസ്സുനിറയെ ജീവിതത്തോടുള്ള ആർത്തി പെരുകിപ്പെരുകി വലിയൊരു മലവെള്ളപ്പാച്ചിലായി ഒഴുകാൻ തുടങ്ങി.

ലൗ ഇൻ ദ ടൈം ഓഫ് കോളറ. ഗബ്രിയേൽ ഗാർസിയ മാർകേസിന്റെ ആ നോവൽ നേരത്തെ വായിച്ചിരുന്നു. സിനിമ കണ്ടിരുന്നില്ല. ഹൈഫയുടെ ആസ്വാദനം കേട്ടതോടെ തീക്ഷ്ണമായ പ്രണയചാരുത മുറ്റി നില്ക്കുന്ന ആ സിനിമ അയാൾ തേടിപ്പിടിച്ചു കണ്ടു. വീണ്ടും... വീണ്ടും.

“അച്ഛനെന്തു ഭ്രാന്താ? എപ്പഴും ഒരേ സിനിമതന്നെ കണ്ടോണ്ടിരിക്കാ... ഒരേ പാട്ടുകള് തന്നെ കേട്ടോണ്ടിരിക്കാ... അതും ഈ പ്രായത്തില്.”

“നീയൊക്കെ ഇപ്പഴല്ലേ, ഈ മനുഷ്യനെ സഹിക്കാൻ തൊടങ്ങീദ്ന്റെ മോളേ... എനിക്കിതൊക്കെ കണ്ടും കേട്ടും മടുത്തു. കവിതേം... നാടകോം... സംഗീതോം എന്തെല്ലാം ഭ്രാന്തുകളാ നിന്റച്ഛനെന്നറ്യോ നിനക്ക്?'' അയാൾ അഖിലയെ ഖേദത്തോടെ നോക്കി ആത്മഗതം പറഞ്ഞു: എല്ലാ പുരുഷന്മാരുടെയും ജീവിതത്തിലെ ഏറ്റവും വലിയ അബദ്ധമായിരിക്കും അവരുടെ ഇണകൾ. അതൊരു യോഗമാണു മോളേ... മനസ്സിൽ വിചാരിച്ചതൊന്നുമായിരിക്കില്ല ഒരാൾക്കും കൈയിൽ കിട്ടുക... നിന്റെ ഗതി ഇനിയാരു കണ്ടു?

പത്താംതരം മൂന്നു കൊല്ലം എഴുതീട്ടും ജയിക്കാത്തോളാണ്, നാട്ടിൻപുറത്തുകാരിയാണ്. കലേം സാഹിത്യേം ഒന്നും വശമില്ല... അപ്പോപ്പിന്നെ, വലിയൊരു ബാങ്കു മാനേജർക്ക് അവളെ പിടിക്ക്യേ? ഇനി പിടിച്ചാലും ആ ബന്ധം ശര്യോവോന്ന് അച്ഛനുമമ്മയും ഒരു നൂറുവട്ടം ചോദിച്ചതാണ്.

എന്നിട്ടും ഇവളെത്തന്നെ മതീന്ന് പറഞ്ഞ ആളാ...

സുമേ നീയിനി എന്നെക്കൊണ്ട് അതുമിതും പറയിപ്പിക്കണ്ട. നമ്മളിതെത്ര തവണ പറഞ്ഞ് തർക്കിച്ചതാ. ഒരു വിഷുവിന് ഭവനംപറമ്പിലെ അമ്പലത്തറയിൽ അരങ്ങേറിയ ആ ഒരു വിവാദ നാടകമാണല്ലോ എന്റെ ജീവിതം ഇങ്ങനെ നിന്നിലെത്തിച്ചത്. അന്വേഷിച്ചുവന്ന എല്ലാ നല്ല ബന്ധങ്ങളും നാടകത്തിലൂടെ ശത്രുക്കളായിത്തീർന്ന തമ്പ്രാക്കന്മാർ തട്ടിക്കളഞ്ഞു. അതുകൊണ്ടല്ലേ അവസാനം സുമയെങ്കിൽ സുമ... എന്നു ഞാൻ പറഞ്ഞത്?

സുമ എന്നത്തേയുംപോലെ പൊട്ടിക്കരയാൻ തുടങ്ങി. അയാൾ മകളെ നോക്കി കണ്ണിറുക്കി അകത്തേക്ക് പോയി കട്ടിലിൽ കേറിക്കിടന്നു. ഭാര്യയെത്തേടുമ്പോൾ മൂന്നു കാര്യങ്ങളായിരുന്നു നിർബ്ബന്ധം. ബിരുദം, പൊക്കം, തറവാടിത്തം. നീണ്ടു മെലിഞ്ഞ് ഇരുനിറമാർന്ന ഡിഗ്രിക്കാരി. അദ്ധ്യാപകരായ മാതാപിതാക്കളുള്ള, വായനയും ആസ്വാദനവും നല്ല കൈയക്ഷരവുമുള്ള സുന്ദരി. കിട്ടിയത് ഇരുനിറമാർന്ന, ചന്തമേറിയ മുഖവും അധികം പൊക്കമില്ലാത്തവളും പത്താംതരക്കാരിയുമായ സുമയെ. മാതാപിതാക്കളാവട്ടെ, തനിനാടൻ കർഷകരും. മൂന്നു താല്പര്യങ്ങളും പരാജയപ്പെട്ട് സുമ.

“എഡോ, താനിനി കാര്യമായി സൂക്ഷിച്ചേ മതിയാവൂ... കൊളസ്ടോൾ മുന്നൂറിനു മുകളിൽ, പ്രഷർ എപ്പോഴും ഒരു പണത്തൂക്കം മുന്നിൽ. പിന്നെ, എല്ലാ വികാരങ്ങളേയും കൊന്ന് കൊലവിളിക്കുന്ന ഒടുക്കത്തെ ഈ പഞ്ചാരയും! പോരേ.. പൂരം.. അതിനിടയിൽ വയസ്സുകാലത്തെ പ്രണയവും...”

ഒഴിവുദിന മദ്യപാന സദസ്സിൽ ഇച്ചായൻ എല്ലാവരോടുമായി വിളിച്ചു പറഞ്ഞു. ഫൈസലും ശ്രീധരനുണ്ണിയും ഇച്ചായനെ ഉത്സാഹപ്പെടുത്തി.

“ദേ, മനഃസമാധാനത്തോടെ നാല് ലാർജ്ജടിച്ച് വീട്ടിച്ചെല്ലാൻ പറ്റാത്ത ഈ കാക്കയുടെ ദുരന്തം ആരറിയാൻ? വിവരമുള്ള വല്ലതിനേയും കെട്ടിക്കൊണ്ടു വന്നിരുന്നെങ്കി സ്മാളടിക്കാനൊക്കെ പറ്റുമായിരിക്കാം.. എന്നാലും, നേരുപറയാമല്ലോ, എനിക്കിതാ ഇഷ്ടം. എന്നെ എനിക്കു തന്നെ നിയന്ത്രിക്കാനാവില്ല. അതോണ്ട് മൊഞ്ചത്തി വാഹിദ റിമോട്ട് കൺട്രോൾ സിസ്റ്റത്തിലൂടെ ഡ്രൈവ് ചെയ്യുന്നു. അവളെപ്പേടിക്കുന്നതുകൊണ്ട് ഒരു കാര്യത്തിലും ഒരിക്കലും ഞാൻ പരിധിക്കു പുറത്താവില്ല. ഞങ്ങളുടെ സന്തുഷ്ട കുടുംബത്തിൽ മദ്യപാനം ഒരു കാലത്തും അപകടമുണ്ടാക്കില്ല. മനസ്സിലാവുന്നുണ്ടോ ചങ്ങാതിമാരേ?”

“അതു കള. വാഹിദ, നാടത്തിപ്പെണ്ണാണെങ്കിലും ഭയങ്കര ബുദ്ധിമതിയാണു കേട്ടോ. അവൾക്ക് ഇതൊക്കെ നന്നായി അറിയാമായിരിക്കും എന്നുതന്നെയാണ് എന്റെ ഉറച്ച വിശ്വാസം. വോഡ്കയല്ല, ഈവൻ ലെമൻ ജ്യൂസടിച്ചാലും ഈ മണമൊക്കെ നായയെക്കാൾ വേഗത്തിൽ ഇവറ്റ മണത്തറിയും... എനിക്ക് തോന്നുന്നത് നിന്റെ കാക്കാത്തി അറിഞ്ഞുകൊണ്ട് അറിയാത്തപോലെ അഭിനയിക്കയാണെന്നാണ്... അതാഡാ ഈ സ്നേഹം. നീയൊക്കെ മഹാഭാഗ്യവാൻ തന്നെ...”

ഗോപിയും ബിനോയിച്ചായനും ശ്രീധരനുണ്ണിയും ഫൈസലിനെ സുഖിപ്പിച്ച് സുഖിപ്പിച്ച് ആകാശത്തേക്കുയർത്തി. അതിനിടയിൽ ഫൈസൽ പറഞ്ഞു: “ഇച്ചായാ നമ്മുടെയീ ഗോപ്യേട്ടനെ ഈയൊരു ഒടുക്കത്തെ മാരണത്തിൽനിന്നും പിന്തിരിപ്പിച്ചേ മതിയാവൂ. ഇല്ലെങ്കിൽ ഒരു സ്ട്രോങ്ങ് അറ്റാക്ക് ഉറപ്പാണ്. അത്രയ്ക്കും ഉഗ്രശേഷിയുള്ള വലിയൊരു അണുബോംബാണ് ഹൈഫ. ഞാനൊരിക്കലേ കക്ഷിയെ കണ്ടിട്ടുള്ളൂ... ഹെന്റമ്മോ...”

"നിന്റെയാ കരിനാക്കു കൊണ്ടൊന്നും പറയാതിരി..."

"അതു ശര്യാണെന്റെ ഗോപ്യേട്ടാ, മദ്ധ്യവയസ്സിലെ പ്രണയം വലിയ അപകടകാരിയാണ്. അത് മനുഷ്യനെ നക്കിക്കൊല്ലും..."

"ഇദാ, പഴയ കാർന്നോമാര് പറയ്ണത്, ഓരോരോ പ്രായത്തില് ഓരോരോ കാര്യങ്ങളെന്ന്... എന്റെ സജിമോന് മുടി ചീകാതെയും താടി വയ്ക്കാതെയും കീറിയ ജീൻസും ടീഷർട്ടും ധരിച്ച് അങ്ങാടിയിലൂടെ നടക്കാം. അത് ഫാഷൻ. ഞാനിപ്പോ അങ്ങനെ നടന്നാലോ? അത് ഭ്രാന്ത്... മനസ്സിലായോ ഗോപ്യേട്ടാ?"

ഗോപിനാഥ് ഉച്ചത്തിലുച്ചത്തിൽ ചിരിച്ചു. ബിനോയും പങ്കുകൊണ്ടു പറഞ്ഞു: നൂറുശതമാനം ശരി. സത്യത്തിൽ ഞാനെന്റെ മേരിക്കുട്ടിയോട് ഇടയ്ക്കിടയ്ക്ക് പറയുന്നതും ഇതാണ്: എടീ... മദ്ധ്യവയസ്സിലാണ് ആണും പെണ്ണും വസ്ത്രങ്ങളിലും മേയ്ക്കപ്പിലും ശ്രദ്ധിക്കേണ്ടത്. എന്നാലേ, ഒരു തേജോമയം നിറഞ്ഞ അന്തസ്സ് കിട്ടൂ... കൗമാരത്തിലെന്തിനാണ് മേയ്ക്കപ്പ്? ആ, ഏതു പി എച്ച് ഡി എടുത്താലും ഒന്നും പഠിച്ചില്ലെങ്കിലും ഇവറ്റകളൊക്കെ ജീവിതത്തിൽ കണക്കാ... സമാസമം.

ഉച്ച കഴിയാറായി. ഒന്നും കഴിക്കേണ്ടേ ശിവദാസാ?

അളിയനും മോളും നല്ല ഉറക്കത്തിലാണെന്നു തോന്നുന്നു. അടുത്തു കാണുന്ന ഹോട്ടലിൽ കേറാം.

സുമ മൂളി തിരിഞ്ഞുനോക്കി. അഖില തളർന്നുറങ്ങുന്നു. ഗോപിനാഥ് ക്ഷീണിച്ചവശനായി ഞരമ്പു പറിച്ചെടുത്ത് ബാന്റേജിട്ട ഇടതുകാൽ നീട്ടിവെച്ച് സീറ്റിൽ ചാരിക്കിടക്കുന്നു. ഹോസ്പിറ്റലിൽ കൂടെ നില്ക്കാനനുവദിക്കാത്ത കോപം സുമയുടെ അടിമനസ്സിൽനിന്നും ഇടയ്ക്കിടെ തീനാവു നീട്ടിക്കൊണ്ടിരുന്നു. അതൊതുക്കി പഴയതുപോലെ ഉച്ചയുടെ വെയിൽത്തിളക്കങ്ങളിലേക്ക് നോക്കിയിരുന്നു. വാഹനം പക്ഷിപ്പാറൽ പോലെ നിരത്തിലൂടെ ഒഴുകി.

"എനിക്കവളെ ഒഴിവാക്കാനാവില്ല ഹൈഫാ, ഒരിക്കലും. നിന്നെ കണ്ടുമുട്ടുന്നതിനുമുമ്പ് പല തവണ ഞാനങ്ങനെ ചിന്തിച്ചു നോക്കിയിട്ടുണ്ട്. പക്ഷേ, ഇന്നിപ്പോൾ അവളെ അവഗണിച്ചുകൊണ്ട് ഒരു ജീവിതം എനിക്കാവുമെന്നു തോന്നുന്നില്ല. പോരാത്തതിന് മകളും. അവളുടെ വിവാഹം വരെയെങ്കിലും..."

"ഓക്കെ, കാത്തിരിക്കാം. എനിക്ക് അത്ര വലിയ പ്രയാസമൊന്നുമില്ല. കാരണം, ഞങ്ങൾ നിയമപരമായി വേർപിരിയാൻ എന്നേ തയ്യാറെടുത്തു കൊണ്ടിരിക്കുന്നവരാണ്. എങ്കിലും എന്റെ ഭർത്താവ് അയാൾ തന്നെയായിരിക്കും. ഷുവർ."

ഗോപിനാഥ് ആശ്ചര്യം പൂണ്ടു:

"അതെങ്ങനെ?"

"ഏതൊരു മനുഷ്യജീവിക്കും ഒരച്ഛൻ, ഒരമ്മ, ഒരു ഭർത്താവ്, ഒരു ഭാര്യ എന്ന പോലെ, എന്റെ ഭർത്താവ് ജീവിതത്തിലുണ്ടായ ആദ്യത്തെയാൾ മാത്രം."

"അപ്പോൾ?"

"യേസ്, നിങ്ങളെന്റെ സുഹൃത്ത്. നിയമപരമായി രേഖയിൽ മാത്രം ഹസ്ബന്റ്."

പുരാതനമായ ഒരു മനയുടെ പഴമ അതേപോലെ നിലനിർത്തി, നവീകരിച്ച ഹോട്ടലിനു മുന്നിൽ കാർ നിന്നു. ഇത്തിരി തലക്കനത്തോടെ നില്ക്കുന്ന ഹോട്ടലിനു മുന്നിലെ വിശാലമായ വയലിൽനിന്നും തെന്നിയടിച്ച കാറ്റു കണ്ടപ്പോൾ ഉണർവ്വിനും ഉറക്കത്തിനുമിടയിൽനിന്ന് ഗോപിനാഥ് പതുക്കെ കണ്ണു തുറന്നു ചുറ്റും നോക്കി. യാത്ര പകുതി കഴിഞ്ഞിട്ടേയുള്ളൂ. ഇനിയും ഒന്നൊന്നര മണിക്കൂർ വേണ്ടി വരും വീട്ടിലെത്താൻ... അയാൾ മകളെ സ്നേഹത്തോടെ വിളിച്ചുണർത്തി. അവൾ എഴുന്നേറ്റു അച്ഛനെ പുറത്തിറങ്ങാൻ സഹായിച്ചു.

"അച്ഛനും മോളും സുഖമായി ഉറങ്ങിയില്ലേ?"

"അത്രയ്ക്ക് ക്ഷീണം ഉണ്ടായിരുന്നു ന്റെ അമ്മേ... ഇപ്പൊ നന്നായി വിശക്കുന്നുണ്ട്. അച്ഛനോ?"

"അതെന്ത് ചോദ്യാ മോളേ..."

"ഉണ്ടെന്നോ? നീയാ മൊബൈലൊന്നു ഓണാക്കിയേ..."

"അതവിടെ കിടക്കട്ടെ... വീട്ടിലെത്തിയശേഷം, ഞാൻ ആരെ വേണമെങ്കിലും വിളിച്ചു തരാം. നടന്നാട്ടെ..."

ഗോപിനാഥ് പതുക്കെ ഹോട്ടലിലേക്ക് നീങ്ങി. വയൽപ്പച്ചയുടെ തെളിമയിൽ അവശത മുങ്ങിത്തോർത്താൻ തുടങ്ങിയതോടെ മുഖം നിറയെ ആശ്വാസത്തിന്റെ കടഞ്ഞെടുത്ത വെണ്മയുതിർന്നു.

ഒരു മണിക്കൂറോളം നീണ്ടുനിന്ന ഭക്ഷണത്തിനുശേഷം വീണ്ടും യാത്ര തുടങ്ങുമ്പോൾ അഖില ഉന്മേഷവതിയായിരുന്നു. അവൾ വാതോരാതെ സംസാരിക്കാൻ തുടങ്ങി: എന്റമ്മേ, ഒരാഴ്ചത്തെ അച്ഛന്റ അവസ്ഥ നിങ്ങൾ കണ്ടിരുന്നെങ്കിൽ ഇനിയൊരു കാലത്തും അച്ഛനുമായി ശണ്ഠ കൂടില്ല. ബോധമില്ലാതെ ഐ സി യുവിലെ ആ കിടപ്പ്... ഓക്സിജൻ മാസ്ക് വെച്ച മുഖം. നെഞ്ചിൻ കൂടു നിറയെ നിരത്തിവെച്ച മരുന്നുകളുടെ വിവിധയിനം ട്യൂബുകൾ. ഒരു കൈയിലൂടെ രക്തം കയറുന്നു. മറുകൈയിലൂടെ പുറത്തേക്കും. എനിക്കത് സഹിക്കാവുന്നതിലും അപ്പുറമായിരുന്നു.

"എനിക്കൊന്നും ഓർമ്മയില്ല കേട്ടോ എന്റെ സുമേ. ഓപ്പറേഷൻ തിയേറ്ററിലേക്ക് കൊണ്ടുപോകുമ്പോൾ നിന്നെയൊന്നു കാണാൻ വല്ലാത്ത കൊതി തോന്നി. ആ പൂതിയൊക്കെ ഒരു ഇഞ്ചക്ഷനോടെ മായുകയും അനസ്തീഷ്യയുടെ ബോധാബോധ താളങ്ങളിലേക്കും അവിടുന്ന് അബോധത്തിന്റെ ആഴക്കടലിലേക്കുമങ്ങനെ താണു താണ്..."

"ആ പറയൂ, കേൾക്കട്ടെ."

സത്യത്തിൽ എന്റെ ജീവിതത്തിൽ ഇല്ലാത്ത ഒരു ദിവസമാണ് ഓപ്പറേഷൻ നടന്ന ബുധനാഴ്ച. അതായത് ഗോപിനാഥ് എന്ന നാടകകൃത്തും ബാങ്കു മാനേജരും ഒരു ദിവസം ലോകത്തുനിന്നും മാറി നിന്നു. ഒരേ

ഒരു ദിവസത്തെ മരണം. ഉണരുമ്പോൾ ലോകത്ത് ഒന്നും സംഭവിച്ചിട്ടില്ല എന്നു മനസ്സിലായി.

ഞാനും അഖിലയും തിയേറ്ററിനു പുറത്ത് വീർപ്പുമുട്ടുകയായിരുന്നു. പറഞ്ഞതുപോലെ കാർഡിയോ സർജൻ ഡോക്ടർ രാജഗോപാൽ രണ്ടു മണിക്കു തന്നെ ഓപ്പറേഷൻ തിയേറ്ററിൽനിന്നും പുറത്ത് വന്ന് ഞങ്ങളോട് പറഞ്ഞു: സക്സസ്; ഒരു കുഴപ്പവുമില്ല. രാത്രി ഐ സി യുവിലേക്ക് മാറ്റും. അപ്പോൾ കാണാം, സംസാരിക്കാം... ശിവദാസൻ തന്റെ അനുഭവവും വിവരിച്ചു.

"ഭാര്യയെ കൂടെ നിർത്താനോ എങ്ങോട്ടെങ്കിലും കൂടെ കൊണ്ടു പോകാനോ നിന്റെ അളിയൻ ഇനിയെന്നാണാവോ പഠിക്കുക എന്റെ ശിവാ?" സുമ ഗോപിനാഥിനെ രൂക്ഷമായി നോക്കി ചൊടിച്ചു.

"അഖിലയുണ്ടല്ലോ, ഒരാൺകുട്ടിയേക്കാൾ മിടുക്കി. തന്റേടി. ഞാനിങ്ങനെത്തന്നെയായിരുന്നു ഇവളെ സങ്കല്പിച്ചിരുന്നത്. ശരിയല്ലേ, മോളേ...?"

"എന്തായാലും അമ്മയെ അവഗണിച്ചുകൊണ്ടുള്ള ഒരു കളിക്കും അഖിലയുണ്ടാവില്ലാട്ടോ."

"എന്റെ മോളേ, ഈ ഒരാഴ്ച നിന്റെ അമ്മയായിരുന്നു എന്റെ കൂടെയെങ്കിൽ കരയാനേ അവൾക്ക് നേരം കാണൂ. പിന്നെ അവളെ നോക്കാനായി വേറെ ഒരാളും... മാത്രവുമല്ല, ഇനി നിന്റമ്മ ഹൃദയമില്ലാത്തവനെന്നു പറഞ്ഞ് കളിയാക്കില്ലല്ലോ എന്നൊരു സമാധാനമുണ്ട്. പക്ഷേ, വേറെ ഒരു കാര്യമുള്ളത് സർജറി എന്റെ ഹൃദയത്തിനേ നടത്തിയിട്ടുള്ളൂ എന്നതാണ്. നോട്ട് ഫോർ ദി ക്യാരക്ടർ."

മൂവരും ഒരുമിച്ചു ചിരിച്ചു. ചിരിക്കിടയിൽ അഖില നയം വ്യക്തമാക്കുകയും ചെയ്തു. "അതൊക്കെ നേര്; ഇനി വീട്ടിലെത്തി അമ്മതന്നെ അച്ഛനെ പരിചരിക്കട്ടെ. ഞാനിനി വെറുമൊരു ഡയറ്റീഷ്യൻ മാത്രം."

"ഇപ്പൊ അളിയൻ കഴിച്ച ആ ഗുളികയില്ലേ, ആസ്പിരിൻ. നമ്മുടെ കുട്ടിക്കാലത്തൊക്കെ ആ ഗുളിക എല്ലാ പെട്ടിക്കടകളിലും കിട്ടുമായിരുന്നു. പിന്നീട് ഏതോ കുത്തക മരുന്നു കമ്പനിക്കാരുടെ കുബുദ്ധി കൊണ്ടാവാം അതങ്ങട് അപ്രത്യക്ഷമായി... അവരു കരുതിയപോലെ നാട്ടില് ഹൃദയസ്തംഭനങ്ങളും കൂടി." തന്റെ നിരീക്ഷണം പുതിയ കണ്ടുപിടിത്തം പോലെ ശിവദാസൻ പങ്കുവെച്ചു.

മെയിൻ റോഡിൽനിന്നും വീട്ടിലേക്കുള്ള വഴിയിലേക്ക് കാറിറങ്ങുമ്പോൾ എല്ലാവരിലും ആശ്വാസം. കവലയ്ക്കരികിലെ സ്റ്റേഷനറിയിൽ കയറി ശിവദാസൻ കുറച്ച് ഫ്രൂട്ട്സും ബ്രഡും സിഗററ്റും വാങ്ങി. അതു കണ്ടതും അഖില പറഞ്ഞു: "വലിച്ചോളൂ. അച്ഛനെപ്പോലെ അറ്റാക്കു വരുമ്പോഴെ അതൊക്കെ നിർത്തൂ."

വീടിനടുത്തെത്തുമ്പോൾ മൂന്നുനാലു വാഹനങ്ങൾ പാർക്കു ചെയ്തിരിക്കുന്നത് കണ്ടു. ബിനോയിച്ചായന്റെയോ ഫൈസലിന്റെയോ ശ്രീധരനുണ്ണിയുടെയോ കാറുകളായിരുന്നില്ല അവ. അവർ വൈകിട്ടേ

വരൂ എന്നറിയിച്ചിരുന്നതാണല്ലോ? ആട്ടെ, ആരെങ്കിലുമാവട്ടെ. അയാൾ അങ്ങനെ സമാധാനിച്ചു.

ഒരു മരണവീടിന്റെ മൂകത മുറ്റി നില്ക്കുന്ന അന്തരീക്ഷംപോലെ സന്ധ്യ മുഖം കറുപ്പിച്ചുകൊണ്ടിരുന്നു. ആ നിറമൗനത്തിലേക്ക് മെല്ലെ മെല്ലെ ഗോപിനാഥിന്റെ ഹോണ്ട താണിറങ്ങി. അയൽക്കാരും ചില നാട്ടുകാരും സുഹൃത്തുക്കളും ബന്ധുക്കളുമായി ഒരു ചെറുസംഘം അവരെ വരവേറ്റു. അയാൾ സാവധാനം പുറത്തിറങ്ങി ദയവോടെ ആൾക്കൂട്ടത്തെ നോക്കി ഒരു വിജയിയെപ്പോലെ പുഞ്ചിരിച്ചു. സന്ദർശകരെ നിയന്ത്രിക്കാനെന്നവണ്ണം അഖില പറഞ്ഞു: ഡോക്ടറുടെ സ്ട്രിക്റ്റായ നിർദ്ദേശമുണ്ട്. ഒരു തരം സന്ദർശകരും പാടില്ലെന്ന്. ഇൻഫെക്ഷൻ ഉണ്ടായാൽ ഭീകരമായിരിക്കും സ്ഥിതി.

അവൾ അച്ഛനുമായി വീടിനകത്തേക്ക് കയറി. അച്ഛന്റെ കിടപ്പുമുറി നേരത്തെ വൃത്തിയാക്കി, എയർകണ്ടീഷണർ ഓണാക്കി വെച്ചിരുന്നതിനാൽ നന്നായി തണുത്തു പതം വന്നിരുന്നു. അയാൾ ശാന്തനായി ചാരുകസേരയിലിരുന്ന് ബോണസായി ആയുസ്സ് നീട്ടിത്തന്ന ദൈവത്തോട് മനസ്സിൽ നന്ദി പറഞ്ഞു. അപ്പോൾ, പറിച്ചുനട്ട പുതുഞരമ്പിലൂടെ രക്തത്തിന്റെ കുത്തൊഴുക്ക്. ശ്വാസമെടുപ്പ് വീർപ്പുമുട്ടായി പരിണമിച്ച ഭീതിയേറിയ രാപ്പകലുകളിൽനിന്നും സ്വാതന്ത്ര്യത്തിന്റെ വലിയ ആകാശത്തേക്കുള്ള ശ്വാസോച്ഛ്വാസത്തിന്റെ മഹാപ്രവാഹം. അയാൾ നേരിയ തോതിൽ ഉന്മാദിച്ചു. അന്നേരം, അമ്മ വന്ന് അയാളുടെ കൈപിടിച്ചു എന്തിനെന്നില്ലാതെ വിതുമ്പിക്കരയാൻ തുടങ്ങി.

"എല്ലാം സുഖായില്ല്യേ അമ്മേ, ഇനിയെന്തിനാണ് കരയുന്നത്?"

അവരതു കേൾക്കാതെ വീണ്ടും കരഞ്ഞുകൊണ്ട് മുറിക്കു പുറത്ത് കടന്നപ്പോൾ അഖില പതുക്കെ വാതിൽ കുറ്റിയിട്ട് മൊബൈൽ ഓൺ ചെയ്തു. നോക്കിയയുടെ സ്വാഗതഗാനത്തോടൊപ്പം കെട്ടിക്കിടന്നിരുന്ന എണ്ണമറ്റ മെസേജുകൾ സ്ക്രീനിലേക്ക് കുത്തിയൊലിച്ചിറങ്ങി പുളയാൻ തുടങ്ങി.

ഗോപിനാഥ് അഖിലയുടെ മുഖത്തേക്ക് ആകാംക്ഷയോടെ നോക്കുമ്പോൾ അവരെ രണ്ടുപേരെയും ഞെട്ടിച്ചുകൊണ്ട് ഹൈഫയുടെ പേർ സ്ക്രീനിൽ തെളിഞ്ഞ് മൊബൈൽ പാടി: അരികിൽ നീയുണ്ടായിരുന്നെങ്കിലെന്നു ഞാൻ.

അയാൾ മകളിൽനിന്നും ഫോൺ വാങ്ങി ചെവിയിൽ വെച്ചതും കാതിലേക്ക് ദയനീയമായ ഒരു യാചന വന്നു വീണു: ദേ, ഞാനൊന്ന് വീടുവരെ വന്നോട്ടെ പ്ലീസ്.

അഖിലയുടെ കണ്ണുകളിൽ അയാൾ ഉറ്റുനോക്കി.

7

ഒരു ഇര രക്ഷപ്പെടുകയാണ്

നിമിഷനേരംകൊണ്ട് ജീവിതം വഴിമാറി ഒഴുകുന്നതും മനുഷ്യജീവികളുടെ നിസ്സാരതയും ഓർത്തു പോയി ആശുപത്രിയിൽനിന്നും പുറത്തിറങ്ങുമ്പോൾ. വർഷങ്ങളായി അന്യരാജ്യത്ത് ജോലിചെയ്ത്, കുറച്ചെന്തെങ്കിലും സമ്പാദിച്ച്, ഇത്തിരി കാലം നാട്ടിൽ കേമനായി ജീവിക്കണം എന്ന് സുഹൃത്ത് വിജയകൃഷ്ണനും ആഗ്രഹിച്ചിരുന്നു. എന്നാൽ, ഒരു സമ്പാദ്യവുമില്ലാതെ, വേദനകൊണ്ട് പുളയുന്ന ഒരു മത്സ്യമായിട്ടായിരുന്നു അയാൾ ഗൾഫ് വിട്ടു പോന്നത്.

അതും സന്നദ്ധസംഘടനകളുടെ കാരുണ്യത്താലും കൃപയാലും. ദയവറ്റിത്തീരാത്ത കുറച്ചാളുകളുടെ മഹാമനസ്കതയ്ക്കു മുമ്പിൽ, നീണ്ടു നിവർന്ന് നില്ക്കാൻ ആവതില്ലാഞ്ഞിട്ടും ഒരു വാർത്താ ശരീരമായി നിന്നുകൊടുക്കുമ്പോൾ നിശ്ചയം, അയാളുടെ അകം എരിഞ്ഞു കത്തുകയായിരുന്നു. ഒരാളുടെ മുമ്പിലും ഒരുകാലത്തും കൈ നീട്ടേണ്ട ഗതികേടുണ്ടാവരുതേ എന്ന പ്രാർത്ഥന തെറ്റിച്ചുവന്ന വിധിയുടെ മണ്ടക്കടി വേദനയൊതുക്കി സംയമനത്തോടെ സഹിച്ചു. സഹനത്തിന്റെ അളവിന് നീളം കൂടിക്കൂടി മൾട്ടി സ്പെഷ്യാലിറ്റി ഹോസ്പിറ്റലിലെ തണുത്തുറഞ്ഞ ഒരു കട്ടിലിൽ അവസാനിച്ചു.

ഓക്സിജൻ മാസ്ക് കമഴ്ത്തിയ വിജയകൃഷ്ണന്റെ മുഖം തീവ്രപരിചരണ വിഭാഗത്തിന്റെ ഗ്ലാസിലൂടെ കണ്ടു. മോഹിച്ച ജീവിതത്തിലേക്ക് തിരിച്ചുവരാൻ പൊരുതിക്കൊണ്ടുള്ള ആ കിടത്തം എത്ര നാളെന്ന് മനസ്സു ചോദിച്ചു. ഉത്തരവും കിട്ടി: പത്തു ദിവസം. അതിനിടയിൽ ആശുപത്രി മുതലാളിമാരുടെ മാസാന്ത്യ ടാർഗറ്റ് കൈപ്പറ്റിയാൽ ഏറ്റവും അടുത്ത ബന്ധുവിനെ വിളിച്ചു ഒരു ചാവേറു ഡോക്ടർ കരച്ചിലിന്റെ വക്കത്തെത്തി വ്യസനത്തോടെ പറയും: ഞങ്ങൾ പരമാവധി പരിശ്രമിച്ചു.... രക്ഷയില്ല.

ഇനിയെല്ലാം ദൈവത്തിലർപ്പിച്ച് പ്രാർത്ഥിക്കുക. അതല്ലാതെ മറ്റു വഴികളൊന്നുമില്ല..

മരുഭൂമിയുടെ ചൂടിൽ ഇക്കാലത്തും കണ്ടുവരുന്ന അപൂർവ്വയിനം മനുഷ്യസ്നേഹികളുടെ ദയാവായ്പിനാൽ നാട്ടിലെത്തിയ ഒരു പാവം മനുഷ്യന്റെ കുടുംബത്തോട് ഇങ്ങനെ പറയുന്ന ഡോക്ടറുടെ മുഖത്തടിക്കാനുള്ള ത്രാണി അത്തരം ഘട്ടങ്ങളിൽ ഒരു ബന്ധുവിനും ഉണ്ടാവില്ല. അതിനാൽ പുതിയ നാടകങ്ങളും തിരക്കഥകളും ജനിച്ചുകൊണ്ടേയിരിക്കും. രോഗത്തിന്റെ വടുക്കൾ തിണർത്ത് തിടംവെക്കുന്നതും രോഗിയുടെ നിസ്സഹായതയുടെ മൗനനിലവിളികളും കണ്ടുംകേട്ടും ആശുപത്രിച്ചുമരുകൾ വിതുമ്പിക്കരഞ്ഞ് നിരന്തരം സങ്കടം പങ്കുവെയ്ക്കും. ആ ഐക്യദാർഢ്യത്തിനുനേരെ കോക്രി കാണിച്ച് തൊട്ടപ്പുറത്ത് അതിലും ഉയരത്തിലേക്ക് തലപൊക്കി പുതിയ കെട്ടിടങ്ങൾ ചിരിക്കുകയും ചെയ്യും.

ദൈവമേ, ഈ ക്ഷണിക ജീവിതം എവിടെയാണ് ഒളിഞ്ഞു കിടക്കുന്നത്? ഒരു സ്വർഗ്ഗവും തനിക്കവകാശപ്പെട്ടതല്ലെന്ന തിരിച്ചറിവിനാൽ ജീവിക്കാനായി നാട്ടിൽ തിരിച്ചെത്തിയവന്റെ കുടഞ്ഞു കളയാനാവാത്ത ഗൃഹാതുരതയ്ക്കു മുമ്പിൽ മീൻ വേട്ടയ്ക്കായി ദൂരയാത്ര പോകുമ്പോൾ മരണത്തിന്റെ വലിയൊരു ചരക്കുവണ്ടി പാലക്കാട്ടുനിന്നും വരികയായിരുന്നു. ആ വണ്ടികൊണ്ടുപോയത് ബാല്യകാലസുഹൃത്തുക്കളായ ഷൗക്കത്തലിയേയും തോമാച്ചനേയും.

മൂത്തുവരുന്ന വെയിലിലൂടെ ഹോസ്പിറ്റലിൽനിന്നും പുറത്തിറങ്ങി ഓട്ടോയിൽ കയറുമ്പോഴാണ് സുധാകരൻ കൊയ്ത്തക്കുണ്ട് ഈ നഗരത്തിലെവിടെയോ ഉണ്ടല്ലോ എന്നോർത്തത്. അവനും കുറേനാൾ ജീവിതത്തെ പ്രാകിക്കൊണ്ടും നരകിച്ചുകൊണ്ടും കൂടെയുണ്ടായിരുന്നു. ജോലിയില്ലാത്തപ്പോഴെല്ലാം വീട്ടിലേക്ക് ഓടിവന്ന് ഒരു സോമാലിയൻ അഭയാർത്ഥിയെപ്പോലെ സുധ ഉണ്ടാക്കിക്കൊടുക്കുന്ന ഭക്ഷണം വാരിവലിച്ചു തിന്ന്, ലോകത്തുള്ള സകലമാന സൗഹൃദങ്ങളോടും അമർഷവും വെറുപ്പുമായി നിശ്ശബ്ദനായി ഒരിടത്തിരിക്കും. തുരുതുരാ സിഗരറ്റ് വലിക്കും. എന്തെങ്കിലും ചോദിക്കാനായി അടുത്താൽ അധികം സംസാരിക്കാതെ കിടക്കും. ഉറക്കം നടിക്കും. ഇനിയഥവാ വായതുറന്നാലോ, പട്ടിണിയുടെ നരക ബാല്യവും കൗമാരവും കുടുംബത്തിന്റെ ബുദ്ധിമുട്ടുകളും പായ്യേരവും. ഇതൊക്കെ അക്കാലത്തെ എല്ലാ ബാല്യങ്ങളുടെയും അനുഭവമായിരുന്നില്ലേ എന്നു ചോദിച്ചാൽ പിണങ്ങും. അതിനാൽ ഞങ്ങൾ മൗനം പാലിച്ചു. ആ പ്രായത്തിൽതന്നെ ഒന്നാന്തരം കഥകളെഴുതി പേരെടുത്തവനും മുതിർന്ന കഥാകൃത്തുക്കളുടെ ആശീർവ്വാദം വേണ്ടുവോളം കോരിക്കുടിച്ചവനുമായിരുന്നു സുധാകരൻ. സമകാലികരായ എഴുത്തുകാരെ അസൂയാലുക്കളാക്കിയവൻ. എന്നിട്ടും, അക്കാലത്ത് നാട്ടിൽ ജീവിച്ചു പോകാനാവാത്തതിനാൽ ഏതോ ഒരു പണച്ചാക്കിനെ സ്വാധീനിച്ച് വിസയെടുത്തു വന്നു യുവകഥാകാരൻ. പറഞ്ഞിട്ടെന്ത്? ഇക്കരയെത്തിയാൽ നോവലിസ്റ്റെന്നോ കഥാകാരനെന്നോ ജേർണലിസ്റ്റെന്നോ

എന്നൊന്നുമില്ല. ഉള്ളത് ഗൾഫുകാരൻ മാത്രം.

സുധാകരന്റെ ഒരു ആരാധികയായിരുന്നു സുധ. അതിനാൽ അവനെപ്പോഴും വീട്ടിലായിരുന്നു. അവന്റെ സാമീപ്യത്താലും പ്രോത്സാഹനത്താലും അവളും കവിതയെഴുത്തു തുടങ്ങി. പ്രോത്സാഹിപ്പിക്കാനൊരാളുണ്ടെങ്കിൽ ഇത്തിരിവാസനയുള്ള ഏതു വീട്ടമ്മയും കലാകാരിയായി പൂത്തുലയും. പതിനെട്ടു കവിതകൾ എഴുതിപ്പൂർത്തിയാവുമ്പോൾ തന്റെ വിശദമായ പഠനത്തോടെ ആദ്യ കവിതാസമാഹാരം പുറത്തിറക്കാമെന്നുവരെ സുധാകരൻ അവളെ ഭ്രമിപ്പിച്ചിരുന്നു. ഇങ്ങനെയൊക്കെ ആയിട്ടും ഒരിടത്തും കഥാകാരനു ജോലി ശരിയായില്ല. അല്ലെങ്കിൽ ആരും അതിനു മുതിർന്നതുമില്ല. അവസാനം, ഒരു പണിയും ശരിയാവാതെ, കുറേ ശത്രുക്കളെയുണ്ടാക്കി, കടബാദ്ധ്യതയുടെ നിറഞ്ഞ ബാഗുമായി നാട്ടിലേക്കു കൂപ്പുകുത്തി വീണു. പിന്നെയും കുറേ കറക്കങ്ങൾ. അവസാനം, ഗൾഫെഴുത്തുകാരുടെ പുസ്തകങ്ങളിറക്കി പച്ച പിടിച്ച് സമ്പന്നനായ മുരടന്റെ പുസ്തകശാലയുടെ മേധാവിയായി. എഴുത്തുകാരനോടുള്ള പരിചയവും ഗൾഫെഴുത്തുകാരോടുള്ള ബാന്ധവവുംവെച്ച് മുരടന്റെ ഊറ്റൽ വ്യവസായം സുധാകരൻ പുഷ്ടിപ്പെടുത്താൻ തുടങ്ങി. സാംസ്കാരിക നായകനായി. പഴയതെല്ലാം മറന്നുള്ള ഒരു അടിപൊളി ജീവിതം...

ഓട്ടോയുടെ കുലുക്കത്തിനിടയിൽ നമ്പർ തപ്പിയെടുത്ത് വിളിച്ചു. ആദ്യമൊന്ന് അമ്പരന്നെങ്കിലും സ്വരം തിരിച്ചറിഞ്ഞപ്പോൾ ധൃതിയോടെ പറഞ്ഞു: വേണു, ഞാനിപ്പോൾ നളന്ദാപുരിയിലുണ്ട്. യുവകവി സഹദേവൻ കൈതമുള്ളിത്തറയുടെ പുസ്തകപ്രകാശനവുമായി ബന്ധപ്പെട്ടാണ്... നീ നേരേ ഇങ്ങോട്ടു വാ... കാലങ്ങളായി സുധാകരനെ നേരിൽ കണ്ടിട്ട്. പഴയ ആ ഗൾഫുകാലം കഴിഞ്ഞ് തിരിച്ചെത്തിയശേഷം ഒട്ടനവധി കഥകളും ലേഖനങ്ങളുമാണ് അയാൾ എഴുതിയത്. മിക്കതും സ്നേഹവും അനുകമ്പയും സൗഹൃദങ്ങളും ചൂഷണം ചെയ്യപ്പെടുന്നവ. അതിന്റെ ഓരോരോ നവരീതികളും മനുഷ്യരുടെ ആർത്തിയും പാരവെയ്പ്പും മറ്റും.

അതിൽ ദളിതരും ഗൾഫുകാരും സ്ത്രീകളുമൊക്കെ പെടും. പലപ്പോഴും ബന്ധപ്പെടാൻ ശ്രമിച്ചെങ്കിലും നെറ്റ്ഫോണായതു കൊണ്ടാവാം സുധാകരൻ ഫോണെടുക്കാറില്ല. ഒന്നു രണ്ടുതവണ അറിയാതെ എടുത്തെങ്കിലും ശുദ്ധമായ നുണ പറഞ്ഞ് ഒഴിവായതാണ്. അതിനുശേഷം ഇന്നാദ്യമായിട്ടാണ് ആളെ തിരിച്ചറിയുന്നതും കാണാൻ അവസരം കിട്ടുന്നതും. കഴിഞ്ഞ രണ്ട് അവധിക്കാലത്തും വിളിച്ചെങ്കിലും അയാൾ വടക്കേ ഇന്ത്യൻ ടൂറിലാണെന്നു പറഞ്ഞു ഒഴിവായി. ഒരുതവണ ഓഫീസിലെ തിരക്കായിരുന്നുവത്രേ കാരണക്കാരൻ.

വാഹനത്തിരക്കുകൾക്കിടയിലൂടെ നിരങ്ങി നിരങ്ങി നളന്ദാപുരിയിലെത്തിയതും സുധാകരനെ വിളിച്ചു മുറിയന്വേഷിച്ചു. ശീതീകരിച്ച ഡബിൾകോട്ട് സ്യൂട്ടിലെ ഡ്രോയിങ്റൂമിലും അകമുറിയിലും എന്തിന്, ബാത്ത്റൂമിൽവരെ ജനം. ഒരു കല്യാണത്തിനുള്ള ആളുണ്ടെന്ന് തോന്നും.

ആകെ ബഹളമയം. സുധാകരന്റെ നേതൃത്വത്തിൽ ഒരു വൻ പട തന്നെയുണ്ടായിരുന്നു. എല്ലാവരും നഗരത്തിലെ കേമന്മാർ. പേരുകേട്ട എഴുത്തുകാരും ബുദ്ധിജീവികളും പത്രക്കാരും. മനുഷ്യഗന്ധവും സിഗരറ്റു പുകയും മദ്യവും നെയ്ച്ചോറിന്റെയും ബിരിയാണിയുടെയും ഇറച്ചിയുടെയും മീനിന്റെയും മണങ്ങളെല്ലാം കൂടിക്കുഴഞ്ഞ് ഇതുവരെ അനുഭവിക്കാത്ത ഒരു ഓക്കാനഗന്ധം മുറിക്കുള്ളിൽ കൊഴുത്തു തളംകെട്ടി നിന്നിരുന്നു.

അശ്ലീലവാക്കുകളുടെ ഓളവും പൊട്ടിച്ചിരികളുടെ തിരമാലകളും ഉച്ചത്തിലുള്ള സംസാരത്തിന്റെ കോളും കൂട്ടിനുണ്ടായിരുന്നു. ഒരു കപ്പിത്താനെപ്പോലെ ചുകന്നു കലങ്ങിയ കണ്ണുകളുമായി സുധാകരൻ എന്നെ ചേർത്തുപിടിച്ച് അയാളുടെ കൂട്ടുകാരോട് പറഞ്ഞു: ഇതെന്റെ പ്രിയ വേണുവേട്ടൻ... പഴയ ഗൾഫ് ചങ്ങാതിയാണ്. അവനിപ്പോഴും ആ വിശുദ്ധ നരകത്തിൽത്തന്നെ. രക്ഷപ്പെടാനുള്ള ഒരു സൂത്രവുമറിയാത്ത തനി നാട്ടുമ്പുറത്തുകാരൻ. ജനങ്ങളെ സേവിച്ചും സൽക്കരിച്ചും മുടിഞ്ഞുകൊണ്ടിരിക്കുന്ന ഒരു ടിപ്പിക്കൽ ഗൾഫുകാരൻ... ഇവനെ നമുക്ക് മറ്റൊരു ദിവസം കീച്ചാം അല്ലേ...?

ഇത്രയും പറഞ്ഞുകൊണ്ട് സ്വതവേ മൗനിയായികണ്ടിരുന്ന സുധാകരൻ ആർത്താർത്തു ചിരിക്കാൻ തുടങ്ങി. കൂടെ മുറിയിലുള്ള സകല മാന പ്രജകളും. ഒരു താടിക്കാരൻ ഉച്ചത്തിൽ പാടി:

പിന്നെക്കീച്ചാം നമുക്കവനെ...

പിന്നെക്കീച്ചാം നമുക്കവനെ...

പാട്ടിനൊപ്പിച്ച് സുധാകരനടക്കം എല്ലാവരും നൃത്തം വെയ്ക്കാൻ തുടങ്ങി. എനിക്കാകെ ദേഷ്യം കൊണ്ടു തല പെരുത്തു. ഇത്തരം വഷളന്മാരെ തീറ്റിപ്പോറ്റുന്നവനെയാണ് വെടിവെച്ചു കൊല്ലേണ്ടത്.... ഇനിയെന്താണ് ചെയ്യേണ്ടതെന്നറിയാതെ വീർപ്പുമുട്ടലോടെ ഒരു മൂലയിലേക്ക് ഒതുങ്ങിനില്ക്കുമ്പോൾ ഇന്റർകോമിലൂടെ സുധാകരന്റെ ആക്രോശം പാഞ്ഞു പോകുന്ന ഒച്ച: ഒരു ഫുള്ളുകൂടി... കൂടെ സോഡയും കുറച്ചധികം അണ്ടിപ്പരിപ്പും...

"സുധാകരേട്ടാ ഇനിയല്പം മിക്ചർ മാത്രം പോരേ?"

സുമുഖനായ ഒരു ചെറുപ്പക്കാരൻ സുധാകരനോടു ചോദിച്ചതും എല്ലാവരും ചേർന്ന് അവനെ കൊത്തിത്തിന്നാൻ തുടങ്ങി: മിക്സചറോ...? മിക്സചറോ...? മാറിയിട്ടില്ല; ഇവനൊന്നും ഈ ജന്മത്തിൽ മാറാനും പോകുന്നില്ല... ഹ... ഹ...

അങ്ങനെ ആ ചെറുപ്പക്കാരനെ നിർത്തിപ്പൊരിച്ചെടുത്ത്, വെണ്ണയുതിരുന്ന കോഴിക്കാലു നീട്ടുന്ന ലാഘവത്തോടെ എനിക്കു നീട്ടി സുധാകരൻ പറഞ്ഞു: ഇവനാണ് ഇന്നത്തെ താരം. യുവകവിയും ഗൾഫുകാരനുമായ ശ്രീ. സഹദേവൻ കൈതമുള്ളിത്തറ. ഇയാളുടെ ആദ്യകവിതാസമാഹാരമാണിന്ന് പ്രകാശനം. അതുകഴിഞ്ഞു പോയാൽ മതി വേണു...

ഒരു ഗൾഫെഴുത്തുകാരന്റെ ജീവിതാഭിലാഷത്തിന്റെ ആഘോഷം.

ഇത്രയും കാശുപൊടിച്ച് എന്തിനൊരു പുസ്തകമിറക്കണം എന്ന് മനസ്സിനോടു ചോദിച്ചിരിക്കെ, വാടകഗുണ്ടയുടെ ശരീരമുള്ള ഒരാൾ ഒരു വന്യജീവിയെപ്പോലെ ചെവിയിൽ ചുരമാന്തി: നിങ്ങളെഴുതുന്നൊന്നുമില്ലേ? എന്തു ചവറാണെങ്കിലും മ്മക്കദങ്ങ്ട് ഉശാറായി ഇറക്കാം. എന്താ...?

മറുപടിയൊന്നും പറയാനാവാതെ, മൂലയിലുണ്ടായിരുന്ന കസേരയിലിരുന്നു. അപ്പോഴാണ് പലരും താന്താങ്ങളുടെ നഗരസുഹൃത്തുക്കളെ വിളിച്ചു ആ തീറ്റയും കുടിയും മത്സരത്തിലേക്ക് ക്ഷണിച്ചുകൊണ്ടിരിക്കുകയാണെന്നു മനസ്സിലായത്. മൊബൈലിലൂടെ സ്നേഹത്തോടെയുള്ള ക്ഷണം. ഗൾഫുകാരന്റെ പുസ്തക പ്രകാശനം. നേരായിരുന്നു, ഓരോരോ കോലങ്ങൾ ആമോദത്തോടെ ആ മുറിയിലേക്ക് ഓടിയെത്തിക്കൊണ്ടേയിരുന്നു...

കഥകളിലൂടെയും ലേഖനങ്ങളിലൂടെയും പലവിധ ചൂഷണങ്ങൾക്കുമെതിരെ തീ നിറച്ചെഴുതിയ പ്രിയസുഹൃത്ത് കൊയ്ത്തക്കുണ്ട്, പിറ്റേദിവസം വധശിക്ഷ നടപ്പാക്കാൻ നിയുക്തനായ ഒരു ആരാച്ചാരെപ്പോലെ വലിയമീനുകൾ തിമർത്താടുന്ന കടൽ മുറിക്കുള്ളിലൂടെ പാഞ്ഞു നടന്ന് വിവിധ ഭക്ഷണങ്ങളും പാനീയങ്ങളും ഓർഡർ ചെയ്തുകൊണ്ടേയിരുന്നു... എനിക്ക് സഹിക്കാനായില്ല, എന്റെ വയറ്റിലെ സകലമാന കുടലുകളും വെന്തുകരിഞ്ഞ്, ആമാശയം മൊത്തമായി പുറത്തുചാടാൻ വെമ്പി, ഓക്കാനമായി വരികയാണെന്നറിഞ്ഞപ്പോൾ, ധൃതിയോടെ വാതിൽ തള്ളിത്തുറന്ന് പുറത്തുചാടി പുൽത്തകിടിയിലേക്ക് ധാരാളിച്ച് ഛർദ്ദിച്ചു. മതിവരാതെ, വീണ്ടും വീണ്ടും അപ്പുറവുമിപ്പുറവുമുള്ള ആളുകളെ പരിഗണിക്കാതെ കഴിയുന്നത്ര ശബ്ദത്തിൽ വയറ്റിലും ശരീരത്തിലുമുള്ളതു മുഴുക്കെയും ഞാൻ പുറത്തുകളഞ്ഞു. പിന്നെ പതുക്കെ, വളരെപ്പതുക്കെ പോക്കറ്റിൽനിന്നും മൊബൈലെടുത്ത് സുധയെ വിളിച്ചു: ദാ, ഞാനെത്തി... ഊൺ എടുത്തുവെച്ചോളൂ... ഇന്ന് നീയെന്റെ കൂടെ വരാഞ്ഞത് വളരെ നന്നായി.

8

ഒഴിവുകാലം

വെണ്ടച്ചെടികളുടെ പരുക്കൻ പച്ചയും പയറുവള്ളികളുടെയും കൈപ്പവള്ളികളുടെയും ഇളംപച്ചപ്പും കുമ്പളങ്ങയുടെ വയറിൽ തൂവി നില്ക്കുന്ന വെളുത്തപൊടിയും തെങ്ങിൻ ചുവട്ടിലെ കാന്താരിയും മത്തൻവള്ളികളുടെ ഇടയിൽ കൂമ്പി വിരിഞ്ഞുണരുന്ന ചെറുനിലവിളക്കും വെളുപ്പും വയലറ്റും നിറമാർന്ന വഴുതനങ്ങയും... അങ്ങനെയങ്ങനെ നോക്കിയാൽ, എന്റെ പൊന്നു റൈമക്കുട്ടീ, ഒരു വീട്ടിലേക്കു വേണ്ടുന്ന സകലമാന പച്ചക്കറികളും എന്റുമ്മ ഉണ്ടാക്കിയിരുന്നു. അവർ പെറ്റത്, നിന്നെപ്പോലെ വെറും മൂന്നെണ്ണമല്ല, അഞ്ചു മല്ലന്മാരായ ആൺകുട്ടികളേയും ആറു സുന്ദരിക്കുട്ടികളേയുമാണ്. മാത്രവുമല്ല, വയറു കീറിയുമല്ല പതിനൊന്നെണ്ണവും പുറത്തിറങ്ങിയതും...

മതി. മതി ഉമ്മാന്റെയൊരു പോരിശ. ഇതൊക്കെ എത്രതവണ അലക്കി വെളുപ്പിച്ചതാ നിങ്ങള്? ഓരോ തവണ വരുമ്പോഴും ഓരോരോ പ്രാന്താവും. കഴിഞ്ഞ തവണ യാത്രയോടു യാത്ര. അതിന്റെ മുമ്പത്തെ തവണ തീറ്റയോടു തീറ്റ. ഒരു തവണ വെറും സാഹിത്യം മാത്രം. എഴുത്തുകാരും ചർച്ചയും അങ്ങനെയങ്ങനെ തെമ്മാടിത്തരങ്ങളുടെ ഒരു മേള. അതിനെക്കുറിച്ചൊന്നും ചോദിക്കാനും പറയാനും പാടില്ലെന്നു മാത്രം. പറയ് ഇക്കുറി ഈ തൊടിക നിറയെ പച്ചക്കറി നട്ടുവളർത്താനാണോ പ്ലാൻ? കാത്തിരുന്ന് കാത്തിരുന്ന് ആകെ കിട്ടുന്ന ഈ മുപ്പതു ദിവസം ഇങ്ങനെ കളയണോ?

റൈമയുടെ മുഖം ചുവന്നു തുടുത്തു വരുന്നതും കണ്ണിൽനിന്നും ഒരു കുടം തെളിനീരഴക് ഉതിർന്നുചാടുന്നതും ഞാൻ കണ്ടു. ചെറിയ തോതിലൊരു സങ്കടം വന്നതൊഴിച്ചാൽ, ഞാനെന്റെ ഇരിപ്പിടത്തിൽനിന്നും എഴുന്നേല്ക്കാതെ മുന്നിൽ കിടന്നിരുന്ന ആഴ്ചപ്പതിപ്പെടുത്ത് വായിക്കാൻ

തുടങ്ങി. മക്കളൊക്കെ സ്കൂളിൽ പോയിക്കഴിഞ്ഞാൽ ഞങ്ങളിങ്ങനെ വെറുതെ പിണങ്ങാൻ തുടങ്ങും. ഒരു കൊല്ലത്തെ നഷ്ടങ്ങളിൽ പിണക്കവും ഇണക്കവുമൊക്കെ പെടുമല്ലോ?

എന്നാലും ഇത്രയും സൗകര്യത്തിലൊരു പുരയും പുരയിടവും നിനക്ക് കിട്ടിയിട്ട് ഒരു വാഴത്തൈയോ വേപ്പിലത്തൈയോ ഇതുവരെ നീ ഈ വളപ്പിൽ നട്ടില്ലല്ലോ എന്നോർക്കുമ്പോഴാ എന്റെ റൈമാ, എനിക്ക് സങ്കടം സഹിക്കാൻ കഴിയാത്തത്. മക്കൾ സ്കൂളിപ്പോയോ പിന്നെ എന്തു കുന്തമാണ് നിനക്ക് പണി? ടി വി കണ്ടും മൊബൈലിൽ പരദൂഷണം പറഞ്ഞും രസിച്ചു പുളയ്ക്കുകയോ?

അതെയതേ. നിങ്ങൾക്കിങ്ങനെ ഒരു വർഷം കഴിഞ്ഞ് വന്ന് എന്നെ പൊതിരെ ചീത്ത വിളിച്ചങ്ങ് പോയാ മതിയല്ലോ? മൂന്ന് ആങ്കുട്ട്യോളെ മാനം മര്യാദയ്ക്ക് നോക്കി വളർത്തുന്നത് തന്നെ ഇന്നത്തെക്കാലത്ത് എന്ത് പണ്യാന്നറിയോ നിങ്ങൾക്ക്? ഹും എവിടെയറിയാൻ? അവരുടെ രീതി, സ്വഭാവം, പെരുമാറ്റം, ആവശ്യങ്ങൾ എന്നുവേണ്ട എല്ലാം മാറീല്ലേ മനുഷ്യാ? ആ അതൊന്നും നിങ്ങളറിയുന്നില്ലല്ലോ. നിങ്ങളിപ്പോഴും ഇവിടന്ന് വണ്ടി കയറിയ ആ കാലത്തുതന്നെ. നിങ്ങൾടെ ഉമ്മാനോട് നിങ്ങൾ കാണിച്ചപോലെയാണോ അവരൊക്കെ എന്നോട് പെരുമാറുന്നത്? ഏതായാലും ഒരു കാര്യം ചെയ്യ്, ഇനി. നിങ്ങളിവിടെ വീട്ടുവേല ചെയ്തും മക്കളെ നോക്കീം നില്ക്ക്. ഞാനങ്ങ് പോയി ജോലിയെടുത്തോളാം. ബാക്കിള്ളോരിവിടെ അനുഭവിക്കുന്ന പ്രയാസങ്ങൾക്കൊക്കെ നിങ്ങളെന്തു കുന്തം തന്നാലും മതിയാവൂലാട്ടോ... ഒന്നൂല്ലെങ്കി, ഈ മൂന്നെണ്ണത്തിനെ ഇങ്ങനെ വളർത്തി വലുതാക്കിയില്ലേ. ഇത്രയും വലിയൊരു വീടു പണിതില്ലേ? വീടും പറമ്പും നോക്കി നടത്തുന്നില്ലേ? ഇതിനുപുറമെ പച്ചക്കറിത്തോട്ടോം മീൻവളർത്തലും തുന്നൽപ്പണീം ഒക്കെ ചെയ്ത് കാശുണ്ടാക്കി ഞാൻ സ്വയമങ്ങ് ജീവിച്ചോളാം. എന്നാപ്പിന്നെ എനിക്കും മക്കൾക്കും നിങ്ങളെ ആവശ്യമുണ്ടാവില്ലല്ലോ?

ഒറ്റ ശ്വാസത്തിൽ ഇത്രയും പറഞ്ഞ് അവളങ്ങ് ഉച്ചത്തിൽ കരയാൻ തുടങ്ങി. കരച്ചിലിനിടയിൽ എന്നെ സഹായിക്കാൻ ഒരു പെൺകുട്ടിയുണ്ടായില്ലല്ലോ എന്ന സ്ഥിരം പരിഭവവും. തമാശ പതുക്കപ്പതുക്കെ കാര്യത്തിലേക്കു കടക്കുക മാത്രമല്ല കടന്നു കഴിയുകയും അയൽപക്കത്തെ ജമീലയും ഭർത്താവും ശബ്ദം കേൾക്കുകയും ചെയ്തു. അതോടെ, ഏതൊരു പുരുഷനെയുംപോലെ ഞാനൊതുങ്ങിക്കൊടുത്തു. മുപ്പതു ദിവസത്തെ അവധിയിൽനിന്ന് ഒന്ന് കൊഴിഞ്ഞുപോയാൽ പോയതുതന്നെ. രണ്ടുപേർക്കുമാണ് നഷ്ടം. ആയതിനാൽ വൈകിട്ട് മലപ്പുറം കോട്ടക്കുന്നിലേക്ക് ഒരു ചെറുയാത്ര പോകാമെന്ന് ഞാനവൾക്കു വാക്കു കൊടുത്തു. ഭക്ഷണവും പുറത്തുനിന്ന്, അതും അറേബ്യൻ ഭക്ഷണം. നാടു നിറയെ ഇപ്പോൾ ഇത്തരം ഭോജനശാലകൾ മാത്രമല്ലേയുള്ളൂ.

റൈമ ചെറുതായൊരു രമ്യതയിലെത്തി അടുക്കളയിലേക്ക് പോയി. ഇന്നലെ വൈകിട്ട് കടയിൽനിന്നും വാങ്ങിക്കൊണ്ടുവന്ന മാങ്ങ ചെത്തി

പ്പൂളിയപ്പോൾ പുറത്തെ ഭംഗിയോ പഴുപ്പോ കണ്ടില്ല. പകരം ഒരു വെള വെളുപ്പു മാത്രം. കീടനാശിനിയടിച്ച് പഴുപ്പിച്ചെടുത്ത മാങ്ങ, കൈതച്ചക്ക, പച്ചക്കറികൾ എന്നുവേണ്ട എല്ലാം മാരകമയം. ഇതൊക്കെത്തിന്ന് എന്തെല്ലാം രോഗങ്ങളാണാവോ ദൈവമേ വരിക. പറഞ്ഞിട്ടെന്ത് ആർക്കും ഒരു പരാതിയും ഇല്ല താനും. സാധനങ്ങൾ വാങ്ങി കാശു കൊടുക്കു മ്പോൾ ഞാൻ ഞെട്ടും. മക്കളും ഭാര്യയും അതുകണ്ട് ചിരിക്കും. വില ക്കയറ്റം ഞങ്ങളെ മാത്രം പേടിപ്പിക്കുന്നു. ഇങ്ങനെ തുടങ്ങിയ ചർച്ച തീരെ നിനക്കാത്ത ഒരു വഴിയിലൂടെ സഞ്ചരിച്ച് ഉച്ചപ്പട്ടിണിയിലെത്തിയോ എന്നൊരു സംശയം. എന്തുപറഞ്ഞാലും അങ്ങനെയൊരു മഠയത്തര മൊന്നും അവൾ കാണിച്ചിട്ടില്ല. ഞാനങ്ങനെ സമാധാനിച്ചു.

തറവാട്ടിൽ വലിയൊരു മാവുണ്ടായിരുന്നു. കോമുച്ചി എന്നാണ് ഞങ്ങൾ വിളിച്ചിരുന്ന പേര്. അതിൽ ഞങ്ങളുടെ വലിയ കൂട്ടുകുടുംബ ത്തിൽപ്പെട്ട എല്ലാവർക്കും അയൽക്കാർക്കും ഒരുകൊല്ലം തിന്നാനുള്ള മാങ്ങ ഉണ്ടാവുമായിരുന്നു. ഉപ്പും പച്ചമുളകും പുരട്ടി പച്ച തിന്നും വസ്ത്രം നിറയെ മാങ്ങാച്ചാറ് തൂവി കടിച്ചീമ്പിയും നടന്നിരുന്ന ആ കാലം ഓർത്ത് സഞ്ചരിച്ചപ്പോൾ തൊടികയിലെ വിശാലമായ പച്ചക്കറിത്തോട്ടവും ചേമ്പും കാവുത്തും കൂവയുമൊക്കെ തലയ്ക്കുചുറ്റും പടർന്നുവന്ന് ചെറു തായി കാറ്റിലാടി. പാടവരമ്പത്തൂടെ പൊരിവെയിലേറ്റ് മീൻ പിടിക്കാൻ പോയ കാലം ഉച്ചവെയിൽപോലെ തിളങ്ങി. കവുങ്ങിൻതോപ്പിലെ കുളിർമ്മയും അവിടെ വിരിഞ്ഞ അരുതായ്മകളുടെ സീൽക്കാരങ്ങളും...

മീൻകാരൻ കോയയുടെ വിളി കേട്ടപ്പോഴാണ് ഞെട്ടിയത്. സാധാ രണ കോയയുടെ വിളി കേൾക്കേണ്ടതും അവൾ ചട്ടിയുമായി ഓടുക പതിവാണ്. ഇന്നെന്താ, ഒന്നു രണ്ടു വിളിയും മൂന്നുനാലു ഹോണടിയും കേട്ടിട്ടും ഒരനക്കവും ഇല്ല. ഞാൻ അടുക്കള ഭാഗത്തേക്ക് നോക്കുമ്പോൾ ആരോടോ പതുക്കെ കുശുകുശുക്കുന്നതുപോലെ. ഞാൻ ചെവി വട്ടം പിടിച്ചു ശ്രദ്ധിച്ചപ്പോൾ അവൾ കോയയോടു തന്നെയാണ് വിളിച്ചു പറ യുന്നത്. മത്തിയാണെങ്കിൽ ഒരു കിലോ വേണം. എനിക്കൊന്നും മന സ്സിലായില്ല. കോയയ്ക്കും ഒന്നും മനസ്സിലായില്ലെന്ന് അയാളുടെ പ്രതി കരണത്തിൽനിന്നും വായിച്ചു. പുറത്തിറങ്ങി ഗെയ്റ്റു തുറന്ന് റോഡോര ത്തെത്തി. ഒന്നും പറയാതെ ഒരു ചിരി ചിരിച്ച് കോയ മത്തി നിറച്ച പ്ലാസ്റ്റിക് സഞ്ചി നീട്ടി. അതു വാങ്ങുമ്പോൾ അയാൾ ചോദിച്ചു. അല്ലാ, നിർത്തി പ്പോരാനായില്ലേ. ഇനിയും തിരിച്ചുപോകുക തന്നെയാണോ?

“പോകാതെ ഇവിടെ എങ്ങനെ ജീവിക്കും എന്റെ കോയാ?”

“ഞങ്ങളൊക്കെ ഇന്നാട്ടിത്തന്നെയല്ലേ കഴിയുന്നത്?”

കോയയുടെ മറുപടി പെട്ടെന്നായതിനാൽ, എന്നും ഒരുറക്കം ബാക്കി യുള്ള ഞാൻ പിന്നെ മറുപടി പറയാൻ തുനിയാതെ മത്തിയുമായി വീട്ടി ലേക്ക് കയറി. അപ്പോൾ റൈമ സങ്കടത്തോടെ എന്നെ നോക്കി മീൻ വാങ്ങി. ഞാൻ ലോഹ്യത്തിനു ചെല്ലും എന്നും മനസ്സിലായതോടെ അവൾ മത്തിയുമായി ധൃതിയിൽ അടുക്കള ഭാഗത്തൂടെ കിണറ്റിൻ കരയിലേ

ക്കിറങ്ങി.

"പിണക്കം തീർന്നില്ലേ റൈമാ?"

മറുപടി തുറിച്ച നോട്ടമായിരുന്നു. കത്തുന്ന നോട്ടം. പിന്നെ ഒച്ചയില്ലാതെ അവൾ കരയാൻ തുടങ്ങി. "ഇനിയെങ്കിലും നിന്റെയീ കരച്ചിലൊന്ന് നിർത്ത് മോളേ..."

"ഞാങ്കരയൊന്നല്ലല്ലോ?"

"പിന്നെ?"

"എനിക്കറിയൂലാ ന്റെ കാക്കുട്ട്യേ. ശബ്ദം തീരെ പുറത്തു വരുന്നില്ല എന്തോ ഒരു പതർച്ച."

"എന്തുപറ്റി?"

"ആ ആർക്കറിയാം..."

അവളെന്നെ കളിപ്പിക്കുകയാണോ എന്ന് ഞാൻ സംശയിച്ചു. എങ്കിലും ശബ്ദത്തിൽ ചെറുതല്ല, വലിയ മാറ്റം തന്നെ ഉണ്ടെന്നു എനിക്കു മനസ്സിലായി. വല്ല ജലദോഷത്തിന്റെയോ പനിയുടെയോ തുടക്കമാവാം.

ഇപ്പോഴാ സമാധാനമായത്. ഇനി നീ അധികം സംസാരിക്കില്ലല്ലോ. മക്കളെ ചീത്ത വിളിച്ചും എന്റെ പിറകെ കൂടി നന്നാക്കാൻ ശ്രമിച്ചും ഒച്ച പോയതാവും.

അവൾ നിസ്സഹായതയോടെ എന്നെ നോക്കി മൂക്കു തുടച്ചു.

അന്നു രാത്രിയായിട്ടും അവളുടെ ശബ്ദം പഴയതുപോലെ തിരിച്ചു വന്നില്ല. സ്വകാര്യം പറയുന്നതിനേക്കാൾ കുറഞ്ഞ ശബ്ദത്തിൽ അവൾ മകളോടും എന്നോടും സംസാരിച്ചുകൊണ്ടിരുന്നു. എല്ലാവരും ഒരു തമാശയായിട്ടാണ് അത് കണ്ടത്. എന്നാൽ, അവളുടെ മുഖത്ത് വല്ലാത്തൊരു ആധിയുടെ പാടുകൾ മുളപൊട്ടിക്കൊണ്ടിരിക്കുന്നതായി എനിക്കു തോന്നി.

രാത്രി കിടക്കുമ്പോൾ അവൾ സ്നേഹത്തോടെ എനിക്കൊരുമ്മ തന്ന്, സങ്കടത്തോടെ ചോദിച്ചു. "നിങ്ങളെന്നെ ഒഴിവാക്വോ?"

"ഒഴിവാക്കാനോ? നിന്നെയോ? എന്തിന്?"

"ദെണ്ണം വന്നാ എനിക്കൊന്നിനും കഴിയൂലല്ലോ. അപ്പോ നിങ്ങളെന്നെ ഒഴിവാക്കി വേറെ പെണ്ണുകെട്ടൂലേ?"

"ന്റെ റൈമക്കുട്ടീ... എന്തൊക്കെയാണ് നീയിപ്പറയുന്നത്."

"നിങ്ങളുടെ ചങ്ങാതി മൂച്ചിക്കലെ ശിഹാബ് ഭാര്യ മരിച്ച് മൂന്നു മാസം തികയും മുമ്പ് ഒരു ചെറുപ്പക്കാര്യേ കെട്ടീലേ. അതുപോലെ, നിങ്ങളും ഒരു ടീച്ചറെ...."

ഞാനവളുടെ വാ പൊത്തി. എനിക്ക് സഹിക്കാവുന്നതിലും അപ്പുറമാണ് അവൾ ഒച്ചയില്ലാതെ ബുദ്ധിമുട്ടി പറയുന്നത്. പതിനഞ്ചാം വയസ്സിലാണ് അവളെ ഞാൻ കൂട്ടിക്കൊണ്ടു വരുന്നത്. അന്നവൾ പത്താം തരക്കാരി, കുറെ സുഹൃത്തുക്കൾ ബാലമാസികകളും ചിത്രകഥകളും കടല മിഠായിയും കളിക്കോപ്പുകളും സമ്മാനം തന്ന് ഞങ്ങളെ കളിയാക്കിയത് ഇന്നും ഓർമ്മയുണ്ട്. അതിൽനിന്നാണ് ഇന്നീ കാണുന്ന

കരുത്തും തന്റേടവും ഒറ്റയ്ക്കു നേടി എന്നെയും എന്റെ മക്കളെയും അവൾ വേണ്ടരീതിയിൽ പോറ്റുന്നത്.

"എന്താടീ നിനക്ക്? ഞാനില്ലേ നിന്റെ കൂടെ. പിന്നെ, ഏതു രോഗമായാലും നമുക്കത് ചികിത്സിച്ചു മാറ്റാം. അതിനുള്ള കാശൊക്കെ ഇന്ന്പ്പോ ബാങ്കിലുണ്ട്. രോഗം വരുമ്പോൾ കാശില്ലാതെ നാട്ടുകാരോട് ഇരക്കേണ്ട ഗതികേടാണ് ലോകത്തിലെ ഏറ്റവും വലിയ നാണക്കേട്. അത് നമുക്കില്ലല്ലോ. നീ സമാധാനമായിട്ടിരി."

ഞാനവളെ നെഞ്ചിൻകൂട്ടിലേക്ക് ചേർത്തുകിടത്തി. പഴയ കൗമാരക്കാരിയെപ്പോലെ ലാളിച്ചുറക്കി.

പിറ്റേന്നു രാവിലെത്തന്നെ ഞങ്ങൾ രണ്ടുപേരും ആശുപത്രികളുടെ നഗരത്തിലേക്ക് പോയി. അവളുടെ മൂന്നു സിസേറിയനും ആ നഗരത്തിലെ ഒരു ആശുപത്രിയിൽനിന്നാണ് കഴിഞ്ഞത്. നേരത്തെ ഫോണിലൂടെ ബുക്ക് ചെയ്തതിനാൽ അത്രയധികം സമയമൊന്നും ഡോക്ടറെ കാത്തിരിക്കേണ്ടി വന്നില്ല. അദ്ദേഹം റൈമയോട് ചോദ്യങ്ങൾ ചോദിക്കുകയും ഒപ്പം ടെസ്റ്റുകൾ നടത്തേണ്ട കുറിപ്പുകളെഴുതുകയും ഒരു മുഴയുടെ കാര്യം പറഞ്ഞ് ഞങ്ങളെ ഞെട്ടിക്കുകയും ചെയ്തു. ഇതൊക്കെ പ്രതീക്ഷിച്ചതാണെങ്കിലും എവിടെയൊക്കെയോ വെറുതെ ചില കനലുകൾ എരിയുന്നതായി രണ്ടുപേർക്കും അനുഭവപ്പെട്ടു. അതിനാൽ ഞങ്ങൾക്കിടയിൽ മൗനത്തിന്റെ വലിയൊരു തടാകം നിശ്ചലമായിക്കിടന്നു.

ഓറഞ്ചു ജ്യൂസും സാന്റ് വിച്ചും തിന്ന്, തിരിച്ച് ലാബിലെത്തി. റിസൾട്ടു വാങ്ങി. സ്കാനിങ് റിപ്പോർട്ടിന്റെകൂടെ പിൻചെയ്തുവെച്ച മുഴയുടെ പല ആംഗിളുകളിലുള്ള കളർ ഫോട്ടോയിലേക്ക് ഞങ്ങൾ പലതവണ നോക്കി. ഒന്നും മനസ്സിലായില്ലെങ്കിലും വലിയ ആ മുഴ നടുക്കുന്ന ഭയമായി ഞങ്ങളെ കെട്ടിമുറുക്കിക്കൊണ്ടിരുന്നു. എന്റെ അവധിക്കാലം തീരുന്നതും മക്കളുടെ പഠനവും വീടും ചുറ്റുപാടുമൊക്കെ ഞാൻ അന്നേരം ഓർത്തു. തീർച്ചയായും ഞാൻ ഒരു ടീച്ചറെ കെട്ടുന്ന കാര്യം തന്നെയാവും അവൾ ഓർത്തിരിക്കുക. എന്നാൽ റിപ്പോർട്ടുകൾ അലസമായി ഒരു നോക്കു നോക്കി ഡോക്ടർ പതുക്കെ ചിരി തൂവി അവളെ നോക്കി. എന്റെ മനസ്സൊന്നു തണുത്തു. റൈമയുടെ മുഖത്തും ആശ്വാസത്തിന്റെ ചിരിയുതിർന്നു.

"ഏട്, പേടിക്കാനൊന്നുമില്ല. കാൻസറല്ല കേട്ടോ. എന്നാലും മുഴ വലുതായി വരികയാണ്. അതുകൊണ്ട് അത് എടുത്തുകളയേണ്ടി വരും."

ഞങ്ങൾ അത്ഭുതത്തോടെ പരസ്പരം നോക്കി.

"ഒരു ദിവസം ഇവിടെ കിടന്ന്, പിറ്റെ ദിവസം തന്നെ തിരിച്ചുപോകാം. ഇന്നുതന്നെ വേണമെന്നില്ല. ആലോചിച്ച് തീരുമാനിച്ച് വന്നാൽ മതി. അതുവരെ ഇതിലെഴുതിയ മരുന്നുകൾ തെറ്റാതെ കഴിക്കണം."

ഞങ്ങൾ സമാധാനത്തോടെ മൂളി.

"നിങ്ങൾ അവധി കഴിഞ്ഞ് തിരിച്ച് പോകുന്നതിനുമുമ്പ് ചെയ്യുക

യായിരിക്കും നല്ലത്. അധികം നീട്ടേണ്ട, പിന്നെ, അധികം സംസാരിക്കാതിരിക്കുക. അതാണ് പ്രധാനം."

വീണ്ടും ഞങ്ങൾ മൂളി. സമാധാനത്തോടെ വീട്ടിലേക്ക് തിരിച്ചു. ഞാൻ പറയുന്ന തമാശകൾക്കൊക്കെ അവളിപ്പോൾ പതിഞ്ഞ ശബ്ദത്തിലാണെങ്കിലും കൂർത്ത കുപ്പിച്ചില്ലു പരുവത്തിലുള്ള മറുപടി പറയാൻ തുടങ്ങി.

"ഓപ്പറേഷൻ വേണോ കാക്കു?"

"ഇതൊരു ചെറിയ ഓപ്പറേഷനായിരിക്കും."

"പക്ഷേ, ബില്ല് വലുതായിരിക്കും. അതാണല്ലോ ഇവിടുത്തെ ഒരു രീതി."

"ഒരു ദിവസം എന്നൊക്കെ പറഞ്ഞ് അകത്താക്കാനാ, പലതും പറഞ്ഞ് ഒരാഴ്ചയാക്കും. നമ്മുടെ പത്മേച്ചിയുടെ മകൻ ശ്രീജിത്തിന്റെ കാര്യം തന്നെ നോക്ക്. വെറുതെ രണ്ടാഴ്ചയാ കിടത്തിയത്. കുട്ടിയുടെ തൂക്കത്തേക്കാൾ കൂടുതൽ മരുന്ന് വാങ്ങിയിട്ടുണ്ടാവും അവർ."

"എന്നിട്ടോ?"

"എന്നിട്ടെന്ത്. അവിടുന്ന് തിരിച്ച് കൊണ്ടുവന്ന് കോഴിക്കോട്ടെ വേലായുധൻ ഡോക്ടറെ കാണിച്ചു. മൂപ്പര് ചെറിയൊരു എക്സർസൈസ് ചെയ്യേണ്ട രീതി കാണിച്ചു കൊടുത്തു. രണ്ടീസായില്ല മോന് സുഖമായി ഓടിച്ചാടി നടക്കാനും തുടങ്ങി."

"അതോണ്ട്?"

"ഓക്കെ. നമുക്കൊരു സെക്കന്റ് ഒപ്പീനിയൻ ആവാം എന്നു തോന്നുന്നു."

അന്നേരത്തു തന്നെയാണ്, എന്നെക്കാൾ കൂടുതൽ റൈമയെ ഇഷ്ടപ്പെടുന്ന എന്റെ സുഹൃത്ത് ഇഖ്ബാൽ വിളിച്ചത്.

"എന്തായി കാര്യങ്ങൾ?"

"ഡ്രൈവ് ചെയ്യുകയാണ് ഇക്കു. ഞാൻ ഫോൺ അവൾക്കു കൊടുക്കാം."

അവൾ സ്നേഹത്തോടെയും ആദരവോടെയും ഇഖ്ബാലിനോട് മെല്ലെ കാര്യങ്ങൾ വിശദീകരിച്ചു. പിന്നെ ഫോൺ എന്റെ ചെവിയിൽ വെച്ചു തന്നു.

"തമാശ വിട്ട് സീരിയസ്സായി കൈകാര്യം ചെയ്യേണ്ട കേസാണിത്. മുഴയാണ്. തൊണ്ടയിലാണ്. ഏതായാലും എറണാകുളത്തോ തൃശൂരോ ഉള്ള ഒരു സ്പെഷ്യലിസ്റ്റിനെ കാണിച്ചേ മതിയാവൂ. ഞാനൊന്ന് അന്വേഷിക്കട്ടെ."

റൈമയുടെ കാര്യമായതുകൊണ്ടുതന്നെ തൃശൂരും എറണാകുളത്തുമുള്ള സകല ഡോക്ടർമാരുടെയും വിവരങ്ങൾ ഇഖ്ബാൽ ശേഖരിച്ചു തന്നു. ഒരു ഇംഗ്ലീഷ് പത്രത്തിന്റെ സീനിയർ കറസ്പോണ്ടന്റായ ഇഖ്ബാലിന് നഗരത്തിൽ കുറെ നല്ല സുഹൃത്തുക്കളുണ്ട്.

ഉമ്മായ്ക്ക് കാര്യമായ എന്തോ രോഗം തന്നെയാണെന്ന ഉറച്ച വിശ്വാ

സത്തിൽ മൂന്നു മക്കളും കൂടെ പോകാൻ തയ്യാറായി. ഞാനും റൈമയും പല രീതിയിൽ വിലക്കിയിട്ടും മൂവരും പോകാനൊരുങ്ങി നിന്നു. അവളുടെ ഉമ്മയും കൂടെ പോരാനുണ്ടായിരുന്നു. മുത്തച്ഛന്റെ ഡ്രൈവിങ്ങും മറ്റു രണ്ടുപേരുമായുള്ള സൊള്ളലും റൈമയുടെ പൊട്ടിച്ചിരിയുമാണ് ഓരോ ഒഴിവുകാലത്തും എന്റെ സ്വപ്നം. അതൊരു യുദ്ധമായി, തീപാറുന്ന മത്സരമായി, പൊട്ടിച്ചിരിയുടെ പൂരമായി, കത്തുന്ന പ്രണയമായി... അങ്ങനെയങ്ങനെ ഒരു മാസം. ആ ഒരു മാസത്തിനു വേണ്ടിയാണ് ഞങ്ങൾ ജീവിക്കുന്നതുതന്നെ. ഞാനും എന്റെ കുടുംബവും. പക്ഷേ, അത്തരം രസങ്ങളൊന്നും ഈ യാത്രയിലില്ല. വല്ലാത്ത മൂകത മാത്രം. എന്നാലും റൈമ ഇടയ്ക്കിടയ്ക്ക് എന്നോട് ഓരോ തമാശകൾ പറഞ്ഞു കൊണ്ടിരുന്നു. എന്റെ ദുഃഖം അറിഞ്ഞ് അവൾ സങ്കടപ്പെടുമ്പോഴൊക്കെ ഞാൻ പറയും നീയാണ് എന്റെ മകളും ഉമ്മയും ഭാര്യയും. എന്റെ കുടുംബത്തിലെ ഏക പെൺകുട്ടി.

അതുകേട്ടാൽ അവളുടെ ചിരി കൂടും. പതുക്കെ, മക്കൾ കാണാതെ കൈകളിൽ പിടിച്ച് സ്വകാര്യമായി ഓമനിക്കും.

കാത്തു കാത്തിരുന്ന് ഉച്ചയായി ഡോക്ടറുടെ മുന്നിലെത്താൻ. നേരിയ പേടിയോടെ ഞങ്ങളിരുന്നു. ഡോക്ടർ രോഗത്തിന്റെ ചരിത്രവും വർത്തമാനവും ചോദിച്ചു. പിന്നെ, കണ്ണുകളിലും ചെവികളിലും സൂക്ഷ്മതയോടെ പരിശോധിച്ചു. തൊണ്ടയിലേക്ക് ഒരു പ്രത്യേക സ്റ്റീൽ ദണ്ഡിറക്കി ലാറിംഗോസ്കോപ്പി ചെയ്തു. അതോടെ കുറച്ച് ഉയരത്തിൽ സ്ഥാപിച്ചിരുന്ന കമ്പ്യൂട്ടർ സ്ക്രീനിൽ അകംതൊണ്ടയുടെ കടും ചുകപ്പും ചെറുനാവിന്റെ ചോരച്ചുകപ്പും കണ്ടു. അവൾ ഛർദ്ദിയുടെ ശബ്ദമുണ്ടാക്കിക്കൊണ്ടിരുന്നു. ഞാൻ മോണിറ്ററിൽനിന്നും കണ്ണുതിരിച്ചു ദൂരെ നോക്കി.

പരിശോധനയ്ക്കുശേഷം ഡോക്ടർ പറഞ്ഞു. “കാര്യമായ ഒരു രോഗവും ഇവർക്കില്ല. തൊണ്ടയിൽ നന്നേ ചെറിയൊരു കുരു ഉണ്ടെന്നത് സത്യം. മുഖക്കുരുപോലെ ഒരെണ്ണം. അതങ്ങ് മാറിക്കൊള്ളും. ഇതിന് പ്രത്യേക മരുന്നൊന്നും വേണ്ട.”

ഞാനും ഭാര്യയും വിശ്വാസം വരാതെ പരസ്പരം നോക്കി. പിന്നെ ചോദിച്ചു.

“മുഴ വലുതാവുന്നുണ്ടോ ഡോക്ടർ?”

അദ്ദേഹം ഒന്നു ചിരിച്ചു. “ആട്ടെ ഇത്രയും കാലമായിട്ടും നിങ്ങൾ വേറെ ആരെയും കാണിച്ചിരുന്നില്ലേ?”

“ഉവ്വ്. ഒരാളെ കാണിച്ചിരുന്നു.”

“അയാളെന്തു പറഞ്ഞു?”

“ഓപ്പറേഷൻ ചെയ്ത് മുഴ എടുത്തു കളയണമെന്ന്.”

“എന്നിട്ടെന്തു കൊണ്ട് ചെയ്തില്ല?”

“സാറിനെക്കണ്ട് ഫൈനലൈസ് ചെയ്യാമെന്നു കരുതി.”

“റിപ്പോർട്ടുകളുണ്ടോ?”

ഞാൻ രഹസ്യമായി സൂക്ഷിച്ചുവെച്ചിരുന്ന പ്ലാസ്റ്റിക് കവർ തുറന്ന് റിപ്പോർട്ടുകൾ എടുത്തു കൊടുത്തു. അതിലോരോന്നും ഗൗരവപൂർവ്വം നോക്കി. നേരിയ ചിരിയോടെയും അത്ഭുതത്തോടെയും സ്കാനിങ് റിപ്പോർട്ടെടുത്ത് കാണിച്ച് കൂടെയുണ്ടായിരുന്ന ജൂനിയർ ഡോക്ടറോട് അദ്ദേഹം പറഞ്ഞു. സീ, വാട്ട് എ ബിഗ് സ്വെൽ?

ഞങ്ങൾ നേരത്തെ അത്ഭുതപ്പെട്ടതുപോലെ ഒന്നുകൂടി ഞെട്ടി.

"സ്കാനിങ് റിപ്പോർട്ടിലെ ഈ വലിയ കുഴപ്പം കണ്ട് പേടിക്കേണ്ട. അത് ഇപ്പറഞ്ഞ മുഖക്കുരു തന്നെ, അവർ സൂം ചെയ്ത് വലുതാക്കി പ്രിന്റെടുത്തതാണ്. ഏതായാലും സംസാരം കുറച്ച് നന്നായി റെസ്റ്റെടുക്കുക. പേടിക്കാതെ പൊയ്ക്കോളൂ."

ജയിൽമോചിതരായ നിരപരാധികളെപ്പോലെ ആഹ്ലാദത്തോടെ ഞങ്ങൾ മക്കളുടെ അരികിലേക്ക് ഓടി. ഓട്ടത്തിനിടെ ഞാനവളുടെ ചെവിയിൽ മന്ത്രിച്ചു. "ന്നാലും നീയെനിക്കൊരു പെൺകുട്ടിയെ തന്നില്ലല്ലോ എന്റെ റൈമക്കുട്ടീ."

9

പുലരി മഞ്ഞ്

ജീവിതം അങ്ങനെയങ്ങനെ കഴിഞ്ഞുപോയി എന്നല്ലാതെ സുഖം പകരുന്ന ഓർമ്മകളോ മനസ്സും ഹൃദയവും കൊത്തുന്ന അനുഭവങ്ങളോ കഴിഞ്ഞ മുപ്പത്തേഴുകൊല്ലക്കാലത്തിനിടയിൽ സംഭവിച്ചിട്ടില്ല. കുറേ കഷ്ട പ്പാടുകളിലൂടെ ഓടിത്തളർന്ന ഒരു നരകജീവിതം. അതിജീവനത്തിന്റെ നീണ്ട മുപ്പത്തേഴുവർഷങ്ങൾ. വിവാഹം, മക്കൾ, കുടുംബം, ജോലി ഇവ യൊക്കെ സമയാസമയത്ത് വലിയ ബുദ്ധിമുട്ടൊന്നും കൂടാതെ നടന്നു എന്നതുമാത്രമാണ് ജീവിതത്തിലുണ്ടായ സൗഭാഗ്യങ്ങൾ. ദൈവാനുഗ്ര ഹമെന്നോ പൊട്ടഭാഗ്യമെന്നോ വിളിച്ചാൽ മാത്രം മതി അത്തരം ആക സ്മികങ്ങളെ. പത്താം തരം തോറ്റ് ട്യൂഷനു പോയിരുന്ന കാലത്തു പോലും ആരും പിറകെ വരികയോ പ്രണയലേഖനം തരികയോ ഐ ലൗവ് യു പറയുകയോ ചെയ്തിട്ടില്ല. അക്കാലത്തെ ആൺ ഹരങ്ങൾക്കും കാഴ്ചകൾക്കും വിരുദ്ധമായ ശരീരപ്രകൃതി ആയിരുന്നു. അതിസുന്ദരിയേ ആയിരുന്നില്ല. ക്ലിയറായിപ്പറഞ്ഞാൽ ബിലോ ആവറേജ്. നീണ്ടുകൊലു ന്നനെ ഇരുനിറത്തിലും വലിയ കണ്ണുകളുമായി ഒരു കോലം. പല സുഹൃ ത്തുക്കൾക്കും വലിയ ഇഷ്ടവും സ്നേഹവുമായിരുന്നു. കൂടെ പഠിച്ച വർക്കും അദ്ധ്യാപകർക്കും സഹപ്രവർത്തകർക്കും ഒക്കെ. എന്നിട്ടും ആരിൽനിന്നും ഒരു പ്രണയലേഖനവും വന്നില്ല. ചുംബനമോ അറിയാ സ്പർശമോ കാത്തിരിപ്പോ ഉണ്ടായില്ല. കാമബാണംകൊണ്ട് കുത്തേറ്റില്ല. കണ്ണുകൾ കൊണ്ടുള്ള ലാളനയും കിട്ടിയതായി ഓർമ്മയില്ല. സിനിമക ളിലും കഥകളിലും മാത്രമല്ല ജീവിതത്തിലും അതൊക്കെ നടക്കുന്നു ണ്ടെന്ന് മനസ്സിലായത് കൂട്ടുകാരി ആയിഷാബിക്ക് സുരേഷ്കുമാർ കൊടുത്ത പ്രേമലേഖനം വായിച്ചപ്പോഴായിരുന്നു. ആയിഷാബിയുടെ സ്ഥാനത്ത് സുനന്ദ എന്ന് വിചാരിച്ച് കത്തു വായിച്ചപ്പോൾ ആനന്ദവും

ആവേശവും ഉന്മാദവും ഒരുപോലെ മനസ്സിൽ നീന്തിക്കളിച്ചു.

ഇതേപോലെ തന്നെയായിരുന്നു ലീനാ മാത്യു എന്ന സഹപ്രവർത്തകയുടെയും കഥ. ലീന സുന്ദരിയും തന്റേടിയുമായിരുന്നു. നല്ല കൂട്ടുകാരിലൊരാൾ. ഏതു അപകട സന്ധിയിലും ഗുണകരമായ മാർഗ്ഗ നിർദ്ദേശങ്ങൾ തരാൻ മിടുക്കി. മുഖത്തുനോക്കി കാര്യങ്ങൾ വെട്ടിത്തുറന്നു പറയാൻ ചങ്കൂറ്റം കാണിച്ചവൾ. അതുകൊണ്ടാവാം, ലീനയേക്കാൾ ഒന്നരക്കൊല്ലം സീനിയറായിരുന്നിട്ടും എല്ലാ മാനദണ്ഡങ്ങളും അവഗണിച്ച് ചെറുപ്പക്കാരനായ മാനേജർ ലീനയ്ക്ക് പ്രൊമോഷൻ നല്കിയത്. ഒരു വർഷം കഴിയും മുമ്പുതന്നെ അവരുടെ വിവാഹവും കഴിഞ്ഞ് രണ്ടു പേരും സ്ഥലം മാറിപ്പോവുകയും ചെയ്തു. അന്നു കിട്ടിയിരുന്ന അതേ ശമ്പളം തന്നെയാണ് ഇപ്പോഴും വാങ്ങുന്നത്. ജീവിതച്ചെലവുകളുടെ വേഗത്തിലുള്ള ഓട്ടമോ വിലക്കയറ്റത്തിന്റെ കുതിരപ്പാച്ചിലോ തന്നെയും കുടുംബത്തെയും ബാധിക്കാത്ത രീതിയിലായിരിക്കും ഓരോ അപേക്ഷ കൊടുക്കുമ്പോഴും മാനേജർ സംസാരിക്കുക. മറ്റുള്ളവരുടെ കാര്യം എന്തിനാണ് സുനന്ദ ഒളിഞ്ഞു നോക്കുന്നത് എന്നൊരു വേദനിപ്പിക്കുന്ന ചോദ്യവും. ലോകത്തുള്ള സ്ഥാപനങ്ങളിലെല്ലാം ഇങ്ങനെയൊക്കെ ആയിരിക്കും. മേലുദ്യോഗസ്ഥനെ സുഖിപ്പിക്കാനും ജോലിയേതര ഉപകാരങ്ങളും പാരിതോഷിതങ്ങളും നല്കി രസിപ്പിക്കാനും കഴിയുക എന്നതാണ് ആത്മാർത്ഥതയേക്കാൾ പ്രധാനം. അങ്ങനെയൊന്നും ഇതുവരെ പ്രവർത്തിക്കാനായിട്ടില്ല. ഇനി അതിനാവുകയുമില്ല. എല്ലാം ഇട്ടെറിഞ്ഞ് പോകാൻ കുടുംബവും കുട്ടികളും സമ്മതിക്കുന്നുമില്ല. കഴിവുകേടുകൊണ്ടും നിവൃത്തികേടുകൊണ്ടും അങ്ങനെയങ്ങനെ ജോലിയിൽ തുടരുന്നു. വാസ്തവം, ജോലിയിലും ജീവിതത്തിലും ഒരു മാറ്റവും പുരോഗതിയും സംഭവിക്കുന്നേയില്ല.

ജനൽപ്പാളി വിടവിലൂടെ ഒളിനോട്ടമെറിഞ്ഞ് ശൃംഗരിക്കുന്ന രാത്രിനിലാവിന്റെ പതിഞ്ഞ കാലൊച്ച ഒരു ജാരനെപ്പോലെ പുറത്ത് ഒളിച്ചുകളിച്ചുകൊണ്ടിരുന്നു. അരികിലുറങ്ങുന്ന ഭർത്താവും മകളും അവരവരുടെ ഉറക്കത്തിന്റെ കളിരാഴങ്ങളിലും. മധുവേട്ടന്റെ കൂർക്കം വലി കിടപ്പുമുറിയും പൂമുഖപ്പടിയുടെ ഇരട്ടപ്പൂട്ടിട്ട വാതിലും ചാടിക്കടന്ന് വീടിനു ചുറ്റും ഓടി നടക്കുന്നുണ്ട്. നെറ്റിയിൽ പൊടിഞ്ഞ വിയർപ്പുതുടച്ച്, പതുക്കെ കിടക്കയിൽനിന്നെഴുന്നേറ്റ്, വെള്ളമെടുത്തു കുടിച്ചു. ടോയ്‌ലറ്റിൽ പോയി തിരിച്ചുവരുമ്പോൾ തലയണക്കരികിലെ മൊബൈൽ കണ്ണടച്ചു. അന്തം വിട്ടുറങ്ങുന്ന ഭർത്താവിനു ചാരെ നിശ്ശബ്ദം കിടന്ന് സാവധാനം കണ്ണടച്ചപ്പോൾ ഉറക്കത്തിനു പകരം വിനോദിന്റെ വർത്തമാനകാല പെരുമാറ്റങ്ങൾ വെറുതെ വിശകലനം ചെയ്തു. കണ്ണടച്ചുകൊണ്ടുള്ള ഇത്തരം വിലയിരുത്തലുകളിലൂടെയും വായനകളിലൂടെയുമാണ് ഉറക്കത്തെ അധീനപ്പെടുത്താറ്. വിനോദിനെക്കുറിച്ചുള്ള മനക്കണക്കിലൂടെ കുറേ ദൂരം സഞ്ചരിച്ചിട്ടും ഉറക്കം വശംവദയായി വഴങ്ങിത്തരികയോ ചുംബിക്കുകയോ ചെയ്തില്ല. വിനോദിന് പണ്ടേ തന്നിലൊരു കണ്ണുണ്ടായിരുന്നു.

കല്യാണം കഴിഞ്ഞ് ഒരു മാസത്തിനുള്ളിൽ അത് കണ്ടു പിടിച്ചതാണ്. അവസരം കിട്ടുമ്പോഴൊക്കെ സഹായിച്ചു കൊല്ലാനുള്ള വെമ്പൽ. അന്യന്റെ ഭൂമിയിലേക്കെങ്ങനെ അതിക്രമിച്ചു കടക്കാം എന്ന് ആഴത്തിൽ ചിന്തിക്കുന്ന കണ്ണുകൾ. നേരു പറഞ്ഞാൽ വരണ്ടുണങ്ങിയ ഭൂമിക്ക് അതും ഒരു രസവും സുഖവുമായിരുന്നു.

ഉച്ചയ്ക്ക് കുളി കളിഞ്ഞ്, അലക്കിയ വസ്ത്രങ്ങൾ അയലിലിടുമ്പോഴാണ് ഹരീന്ദ്രൻ ഹോണ്ടയുമായി മുറ്റത്തെത്തിയത്. സുഭാഷും മധു വേട്ടനും വീട്ടിലല്ല എന്ന് അറിയാമായിരുന്നിട്ടും ആ നേരം തന്നെ അവ നെന്തിനു തെരഞ്ഞെടുത്തു? സുഭാഷിനേക്കാൾ രണ്ടുമൂന്നു വയസ്സിനു മൂപ്പുണ്ട് ഹരീന്ദ്രന്. കരുത്തനും സുന്ദരനും. തലമുടിയടക്കിക്കെട്ടി നഗ്ന മാക്കിയ പിൻകഴുത്തിലേക്കും, ചെവിപ്പാളച്ചോപ്പിലേക്കും അവനങ്ങനെ നോക്കുന്നതുപോലെ തോന്നി. സുഭാഷിന്റെ അടുത്ത ചങ്ങാതിയായ ഇവ നിന്ന് ഇതെന്തു പറ്റി എന്ന് തുണികൾ ആറാനിട്ടുകൊണ്ടു തന്നെ ആലോ ചിച്ചു.

"അയ്യോ, ഹരി നീ പോവ്വാണോ?"

ചോദ്യം കേൾക്കാതെ അവൻ ആവേശത്തോടെ ബൈക്കോടിച്ചു. ഹോണ്ടയുടെ പരുക്കൻ ശബ്ദം സുനന്ദയിൽ പടർന്നു ജ്വലിച്ചു.

ഒരു ചുമട് ബഹളവുമായിട്ടായിരുന്നു സുഭാഷ് വീട്ടിലെത്തിയത്. തന്റെ സുഹൃത്തിനെ വേണ്ട രീതിയിൽ സ്വീകരിക്കാതെ അപമര്യാദയായി മടക്കിവിട്ടു എന്നുവേണ്ട, ആ ഒരു നിസ്സാര കാര്യത്തെച്ചൊല്ലി അവൻ പറയാത്തതായി ഒന്നുമില്ല, കൂടെ, ഈ അമ്മയ്ക്കെന്താണു പറ്റിയതെന്ന അത്ഭുത ചോദ്യവും. മകനോട് ഒന്നും മറുത്തു പറയാതെ ബൈക്കിന്റെ മുഴക്കം ഓർത്തെടുത്തു സുനന്ദ.

മൂക്കിൻതുമ്പത്ത് ചുവപ്പുരാശിയുടെ തിളക്കം കൂടിയതും കവിളുക ളിൽ പ്രണയമരം പൂത്തതും സഹപ്രവർത്തകൻ സലിംകുമാറാണ് കണ്ടെത്തിയത്. കോട്ടൺ സാരിക്കു പകരം മഞ്ഞ ചുരിദാറണിഞ്ഞ ദിവ സമാണ് അയാളങ്ങനെ പറഞ്ഞത്. സുനന്ദയ്ക്ക് തന്നോടുതന്നെ സ്നേഹവും ബഹുമാനവും തോന്നിത്തുടങ്ങിയത് അന്നാണ്.

തണുപ്പിന്റെ സുഖലഹരിയിൽ മധുവേട്ടനിപ്പോഴും നല്ല ഉറക്കത്തിൽ ത്തന്നെ. എന്നത്തെയുംപോലെ ബഹളമുണ്ടാക്കി വിളിച്ചുണർത്തേണ്ടി വരും. പരസ്പര സഹനത്തിന്റെ പതിനേഴാംവാർഷികമാണിത്. സദ്യ ക്കുള്ള ഏകദേശം എല്ലാ ഒരുക്കങ്ങളും രണ്ടുപേരും ഇന്നലെ വൈകിട്ട് ആമോദത്തോടെ നടത്തിയതാണ്. ഏറ്റവും അടുപ്പമുള്ള കുറച്ചു കുടുംബ സുഹൃത്തുക്കളും അയൽവാസികളെയും മാത്രമേ ക്ഷണിച്ചിട്ടുള്ളൂ. വർഷ ത്തിൽ ഇങ്ങനെ ഒരാഘോഷമെങ്കിലും നടന്നാലല്ലേ, ജീവിക്കുന്നു എന്ന തോന്നലെങ്കിലും ഉണ്ടാവൂ.

വൃത്തിയിലും വെടിപ്പിലുമുള്ള അടുക്കള സുഗന്ധപൂരിതമായി സുന ന്ദയെ നോക്കി ചിരി തൂകി. മഞ്ഞുകണങ്ങൾ ജനൽച്ചില്ലുകളിൽ അക്ഷമ യോടെ കാത്തുനിന്നു. വീടിനു പുറത്ത് അദൃശ്യനായ ഒരാൾ വിവാഹ

വാർഷികം നേരാനായി വാതിൽ തുറക്കുന്നതും നോക്കിനിന്നു. ഇതു വരെ ഒരു തണുത്ത വെളുപ്പാൻകാലത്തും ഉണ്ടാവാത്തത്ര ഗൂഢാനന്ദം സുനന്ദയുടെ മനസ്സിൽ പറ്റിച്ചേർന്നു. അപ്പോൾത്തന്നെ അഴകാർന്ന ഒരു മിന്നൽ അവളിലൂടെ അതിവേഗം കടന്നുപോവുകയും ചെയ്തു. സുനന്ദ ഉന്മാദത്തിന്റെ കാറ്റുകൊണ്ടവളായി. നേരിയ വെപ്രാളത്തോടെ അടുക്കളയുടെ ജനൽപ്പാളികൾ മൃദുവായി തുറന്നതും അത്ഭുതത്താലും ആഹ്ലാദത്താലും അകനിറവാലും അവളാകെ അതിശയിച്ച് സംതംഭിച്ചുപോയി....

മുറ്റം നിറയെ വിവിധ രൂപത്തിലും നിറത്തിലുമുള്ള പൂക്കൾ വിരിഞ്ഞു നില്ക്കുന്നു. വിശാലമായി പരന്നു കിടക്കുന്ന മോഹപ്പച്ചയുടെ ഹൃദ്യമായ പൂന്തോട്ടം. ജിജ്ഞാസയോടെ അതിലേറെ ആർത്തിയോടെ, വിശ്വാസം വരാതെ ഒന്നുകൂടി മുറ്റത്തേക്ക് ഏന്തി നോക്കിയതും ദേ, ആ ഉദ്യാനത്തിൽ മധുരതരമായ പ്രണയഗാനവും പാടി ആരൊക്കെയോ നൃത്തം ചെയ്യുന്നു. ആഹ്ലാദം കുലംകുത്തി പുറത്തുചാടിയും ഒരു പ്രത്യേക താളത്തിൽ അവൾ ഒരു ശബ്ദം പുറപ്പെടുവിച്ചു. അന്നേരം ആരോ അവളെ സ്നേഹത്തോടെ തോണ്ടി. തിരിഞ്ഞു നോക്കിയതും അവൾ വീണ്ടും ഞെട്ടി. ആ ഞെട്ടലിലേക്ക് ആകാശത്തുനിന്നും കരുത്താർന്ന ഒരു ചൂളം വിളി അവളുടെ മൊബൈലിലേക്ക് ചാടി വീണ് നിശ്ശബ്ദതയെ കൊന്നൊടുക്കി.

തീജലമോടിയ മനസ്സോടെ, ആ ദിവസത്തിന്റെ സവിശേഷത പോലും ഓർക്കാതെ, ആകാംക്ഷയോടെയും വിറയലോടെയും അവൾ പുതുസന്ദേശം വായിക്കാൻ തുടങ്ങി.

10

പൊള്ളലുകൾ

മനുഷ്യജീവിതത്തിൽ സംഭവിക്കുന്നതും സംഭവിക്കാനിരിക്കുന്നതുമാണ് നടന്നത്. അതുറപ്പ്. ആരുകേട്ടാലും ഒന്നു ഞെട്ടും. പുതിയ കാലത്ത് ഇങ്ങനെയൊക്കെ സംഭവിക്കുന്നു. അതിൽ ദുഃഖിച്ചിട്ട് കാര്യമൊന്നുമില്ല. ധൈര്യമായി കാലത്തോടൊപ്പം നടക്കാൻ പഠിക്കുക. സദയം ക്ഷമിച്ച് മക്കളുടെ സ്വഭാവം മനസ്സിലാക്കി സൗഹൃദത്തിൽ നില്ക്കാൻ ശ്രമിക്കുക. അല്ലാതെ മറ്റു കുറുക്കുവഴികളൊന്നുമില്ല. ഭാര്യയെ കുറ്റം പറയുന്നതിലും അർത്ഥമില്ല. അവർ ഒറ്റയ്ക്ക് മൂന്നുമക്കളെ തീറ്റിപ്പോറ്റി വളർത്തിയില്ലേ? നിങ്ങളൊരു അച്ഛനാണെന്ന് കുട്ടികൾക്ക് പറഞ്ഞുകൊടുത്ത് പഠിപ്പിച്ചില്ലേ? പതിനാലു കൊല്ലത്തിനിടയിൽ എത്ര തവണയാണ് നിങ്ങൾ മകളെ കണ്ടത്? ഏതു പ്രായത്തിലാണ് അവളെ നിങ്ങൾ ലാളിച്ചോമനിച്ചത്? രണ്ടു വർഷത്തിൽ രണ്ടുമാസം അവധിക്കുചെല്ലുമ്പോൾ ഭാര്യയെ ലാളിക്കാനും കൊഞ്ചിക്കാനും അവളുടെ ഇഷ്ടാനിഷ്ടങ്ങൾ നടത്തിക്കൊടുക്കാനും എടുക്കുന്ന സമയത്തിന്റെ നൂറിലൊരംശംപോലും പുന്നാരമോളെന്ന് മേനിപറയുന്ന നീഹാര സുഭദ്രൻ എന്ന കുട്ടിക്ക് നിങ്ങൾ കൊടുത്തിട്ടുണ്ടോ?

ഇല്ല, അതൊക്കെ ഇപ്പോഴാണ് ഓർമ്മവരുന്നത്. പലപ്പോഴും അതിനൊന്നും സമയം കിട്ടാറില്ലായിരുന്നു. അവധിക്കാലം എന്നാൽ ധൃതിപിടിച്ചോടുന്ന സ്വപ്നമാണ്. വിചാരിച്ചിടത്തൊന്നും പോകാനാവാതെ, കാണണമെന്നു കരുതിയവരെയൊന്നും കാണാനാവാതെ, ചെയ്യേണ്ട ഉത്തരവാദിത്വങ്ങൾ മുഴുവനും ചെയ്തുതീർക്കാനാവാതെ വെപ്രാളപ്പെട്ടുള്ള ഓട്ടം. കഴിഞ്ഞ പത്തിരുപതുകൊല്ലമായി ഈ നെട്ടോട്ടം. എന്നിട്ടെന്താ ഉണ്ടാക്കീത് എന്നാരെങ്കിലും ചോദിച്ചാൽ ഒരു കൊച്ചു പുര എന്നല്ലാതെ വേറെ ഒരുത്തരവും ഇല്ലല്ലോ. ദേശം വിട്ട് ജീവിക്കാൻ പോയവന്റെ കഥ

ആര് മനസ്സിലാക്കാൻ? ദയയും സ്നേഹവുമുള്ള ഒരു അറബിയുടെ വീട്ടിലെ ഹൗസ് ഡ്രൈവറായി ജീവിതം നയിക്കുന്നതുകൊണ്ട് ഇത്രയെങ്കിലും ഉണ്ടാക്കാനായില്ലേ സുഭദ്രാ എന്നു ചോദിച്ചാൽ അതും ശരിയാണെന്നേ പറയാൻ പറ്റൂ. സുഹൃത്തുക്കളായ പല ഹൗസ് ഡ്രൈവർമാരും നരകിച്ചും പ്രാകിയും അങ്ങനെയങ്ങനെ കഴിച്ചുകൂട്ടുമ്പോൾ പ്രത്യേകിച്ചും.

സുഭദ്രൻ പാതിമയക്കത്തോടെ തന്നെത്തന്നെ ആശ്വസിപ്പിച്ചുകൊണ്ട് കട്ടിലിൽ കിടന്നു. അത്രയൊന്നും മോശമല്ലാത്ത മുറിയായിരുന്നു അത്. കിച്ചണും ബാത്റൂം ഡ്രോയിങ് റൂമും കിടപ്പുമുറിയും എല്ലാം ആ ഒരു മുറിയൽത്തന്നെയായിരുന്നു. വൃത്തിയും ഭംഗിയുമുള്ള കാർപറ്റ്, രാജകീയ പ്രൗഢിയുള്ള സോഫാസെറ്റ്, ടി വി എന്നുവേണ്ട ഭംഗിയാർന്ന ഒന്നാന്തരം കട്ടിൽവരെ അഹ്മദ് അൽ ശലബാൻ എന്ന അറബിയുടെ കാരുണ്യമാണ്. ഓരോ റമദാൻ മാസത്തിലും അയാളുടെ ഭവനം വൃത്തിയാക്കി മോടിപിടിപ്പിക്കുമ്പോൾ ഒഴിവാക്കുന്ന സാധനങ്ങളുടെ കൂട്ടത്തിൽനിന്നും സുഭദ്രൻ സ്വന്തമാക്കിയത്. കേടുപാടുകൾ പറ്റാത്ത മുന്തിയ ഒരു അലമാരയും പുതിയ എ സിയും അയാൾ സമ്മാനിച്ചിട്ട് അധികമായിട്ടില്ല. കുളിരുള്ള തണുപ്പിൽ ലയിച്ച് ഖേദത്തോടെ സുഭദ്രൻ മൂടിപ്പുതച്ചു കിടന്നു. സാധാരണപോലെ ഇക്കുറിയും നാലു മണിക്കൂർ വൈകിയെത്തിയ എയർ ഇന്ത്യയുടെ ഫ്ളൈറ്റിലിരുന്ന ക്ഷീണവും അവധിക്കാലത്തുണ്ടായ ചില ദുരന്തങ്ങളും വീണ്ടും വീണ്ടും അയാളുടെ ഹൃദയമിടിപ്പ് കൂട്ടിക്കൊണ്ടിരുന്നു. ഇത്തവണ ഇങ്ങനെയൊക്കെ സംഭവിക്കാനുണ്ടായ കാരണമെന്തെന്ന് എത്ര ചിന്തിച്ചിട്ടും സുഭദ്രന് മനസ്സിലായില്ല. കൊണ്ടുവന്ന സാധനങ്ങൾ നിറച്ച കടലാസുപെട്ടി തുറക്കാനോ എടുത്ത ഫോട്ടോകൾ മൊബൈലിൽനിന്ന് കമ്പ്യൂട്ടറിലേക്ക് പകർത്താനോ അവ വീണ്ടും വീണ്ടും കണ്ട് രസിക്കാനോ ഉത്സാഹം തോന്നിയില്ല. സുഹൃത്തുക്കളെ വിളിക്കാനോ നാട്ടുവർത്തമാനം പറഞ്ഞ് രസിച്ചു ചിരിക്കാനോ മുതലാളിയെയും കുടുംബത്തെയും കാണാനോ അവർക്കുള്ള സമ്മാനങ്ങൾ കൊടുക്കാനോ തോന്നിയതേയില്ല. സാധാരണ നാട്ടിൽനിന്ന് എത്തിയാലുടനെ ഇത്തരം ചില കാര്യങ്ങളായിരിക്കും അയാൾ ആദ്യം ചെയ്തുതീർക്കുക. എന്നാൽ, ഇത്തവണ മുറിയിൽ കയറിയ ഉടനെ സുഭദ്രൻ നന്നായി ഓക്കാനിക്കാൻ ഓടുകയാണ് ചെയ്തത്. എയർ ഇന്ത്യയിൽനിന്ന് കഴിച്ച ഭക്ഷണത്തിന്റെ അവശിഷ്ടങ്ങളും രാവിലെ സിതാര ഉണ്ടാക്കിത്തന്ന ദോശയും ചട്ണിയും സാമ്പാറും മുറിയുടെ മൂലയിലെ വാഷ്ബേസിനിൽ ദഹിക്കാതെ കിടന്നു. നിസ്സംഗതയോടെ അതിലേക്ക് നോക്കി വെള്ളമൊഴിച്ച് മുഖവും കൈകാലുകളും കഴുകി കട്ടിലിൽ കിടന്നതായിരുന്നു. അതിനിടയിൽ എപ്പോഴോ അയാൾ മയങ്ങിപ്പോവുകയും ചെയ്തു.

നിലാവു പെയ്തിറങ്ങിയ ഒരു രാത്രിയിൽ നേരിയ മഴച്ചാറലുമായപ്പോൾ, നിലാവും മഴയും ഒന്നിച്ചാസ്വദിച്ചുകൊണ്ട് പൂമുഖത്തെ ജനാല

യ്ക്കരികിലെ കസേരയിലിരിക്കുമ്പോഴാണ് രാത്രിയിലെ ഗുളികകൾ കഴിച്ചില്ലല്ലോ എന്ന് ഓർത്തത്. ഷുഗറിനും കൊളസ്ട്രോളിനും പ്രഷറിനുമുള്ള ഗുളികകൾ. അയാൾ മഴ നനഞ്ഞുകൊണ്ടും നിലാവു കോരിക്കുടിച്ചുകൊണ്ടും തന്റെ പുന്നാര മോളുവിനെ അലിവോടെ വിളിച്ചു. രണ്ടുതവണ വിളിച്ചിട്ടും വിളികേൾക്കാത്തപ്പോൾ അടുക്കളയിൽ പാത്രം കഴുകിക്കൊണ്ടിരുന്ന സിതാരയുടെ ശബ്ദമാണ് പിന്നെ കേട്ടത്: “എടീ, അച്ഛൻ വിളിക്കുന്നതു കേട്ടില്ലേ?”

“ഉവ്വ്, ഗുളിക എടുക്കാനാണെങ്കിൽ അച്ഛൻ തന്നെ അങ്ങ്ട് എടുത്തോട്ടെ. എനിക്കു വയ്യമ്മേ....”

മകളുടെ കനപ്പിച്ച ഉത്തരം. ആദ്യമായിട്ടാണ് അമർഷമൊതുക്കിയ അത്തരമൊരു പ്രതിഷേധം അവളിൽനിന്നും കേൾക്കുന്നത്. സുഭദ്രൻ മൗനിയായി നിലാവു കുടിച്ചു. മഴത്തുള്ളികൾ ജനലഴികൾക്കിടയിലൂടെ കടന്നുവന്ന് ഇക്കിളിയുണ്ടാക്കി. മകളുടെ ഓരോ ആഗ്രഹവും ഓരോ വർഷവും താൻ നിറവേറ്റിയിട്ടുണ്ടല്ലോ, ഇത്തവണയും സ്വർണ്ണവും ഉടുപ്പുകളും കൊണ്ടുവന്നല്ലോ, ടച്ച് സ്ക്രീൻ മൊബൈൽ കൊടുത്തല്ലോ, എന്നിട്ടുമെന്തേ ഇങ്ങനെ? ഓരോന്ന് ഓർത്തുകൊണ്ട് മഴയുടെ ആരവം കൊഴുക്കുന്നതും നിലാവ് മായുന്നതും ഇരുളുന്നതും നോക്കി സുഭദ്രൻ ഇരുന്നു. മഴയുടെ ശക്തി പതുക്കെപ്പതുക്കെ കൂടിക്കൂടി വന്നു. മഴത്തുള്ളികൾ ശക്തിയോടെ അകത്തേക്ക് അടിച്ചുകേറാനും രാത്രി മഴ അലമുറയിട്ടാർക്കാനും തുടങ്ങി. അയാൾ കസേരയിൽ നിന്നെഴുന്നേറ്റ് ജനൽപ്പാളികൾ വലിച്ചടച്ചു. ഒരു അത്ഭുതംപോലെ അന്നേരംതന്നെ കറന്റും പോയി. ഇരുന്നിടത്തുനിന്നും അനങ്ങാനാവാതെ തലതാഴ്ത്തി പതുക്കെ കണ്ണടച്ചു. സാനിയോ എമർജൻസി ഓണാക്കി സിതാര വന്നു. ഗുളികകൾ നീട്ടി അവൾ മൃദുവായി പറഞ്ഞു: “എന്താ, മഴയിൽ ലയിച്ചിരിക്ക്യാ, ഗുളിക കഴിക്കേണ്ടേ? ഉറങ്ങേണ്ടേ?”

“വേണം, മോളെവിടെ? എന്താടീ, അവൾക്ക് പറ്റ്യേദ്?”

“ഭക്ഷണം കഴിഞ്ഞ ഉടനെ പഠിക്കാനുണ്ടെന്നും പറഞ്ഞ് വാതിലടച്ചതാണ്... എന്തു പഠിത്താവോ? കുട്ട്യാളെ വഴിതെറ്റിക്കാനായി മൊബൈലും കമ്പ്യൂട്ടറുമൊക്കെയല്ലേ അച്ഛൻ വാങ്ങിക്കൊടുത്തിട്ടുള്ളത്.”

“നമുക്കൊന്നും ആ ഭാഗ്യം കിട്ടീല്ലല്ലോ, അതോണ്ട് കുട്ടികളെങ്കിലും നന്നായി പഠിക്കട്ടെ... നല്ലൊരു മുതലാളീനെ കിട്ടിയതുകൊണ്ട് ഇതൊക്കെ നമുക്കും ഉണ്ടായി.... അതില്ലായിരുന്നെങ്കിൽ ഇത്രയും കാശുകൊടുത്ത് ഞാനിതൊന്നും വാങ്ങില്ലായിരുന്നല്ലോ ന്റെ സിതാരേ... അന്യനാട്ടിൽക്കിടന്ന് ചക്രം തിരിച്ച് ഞാനിങ്ങനെ ബുദ്ധിമുട്ടുന്നത് നിങ്ങളൊക്കെ നന്നായി ജീവിക്കാനാണ്... എന്നിട്ടും മോളിങ്ങനെ ഒരാവശ്യത്തിനു വിളിച്ചപ്പോൾ...”

മതഭ്രാന്തന്മാരെപ്പോലെ ഞരമ്പുകളിലെ രക്തം പയ്യപ്പയ്യെ അയാളെ സമ്മർദ്ദത്തിലാക്കി, പിന്നെ, പ്രലോഭിപ്പിച്ചുപ്രലോഭിപ്പിച്ച് ചെകുത്താന്മാരെപ്പോലെ വശംകെടുത്താനും. ദേഷ്യവും സങ്കടവും ഒതുക്കാനാവാതെ

സഹികെട്ട് മകളുടെ അടുത്തേക്ക് നീങ്ങാൻ തുടങ്ങിയതും ആകാശത്തിന്റെ പള്ളിയിൽ കഠാര കുത്തിക്കീറി ഒരു മിന്നലും ശക്തിയായ ഇടിയുമുണ്ടായി...

"സാരല്യ ഭദ്രേട്ടാ... കുട്ട്യാളാവുമ്പോ അങ്ങനെയൊക്കെ ഉണ്ടാവും. നേരം വെളുക്കട്ടെ, എല്ലാം പറഞ്ഞുമനസ്സിലാക്കിക്കൊടുക്കാം..."

സിതാര അയാളുടെ മാറിൽ തലവെച്ചുകൊണ്ടും തണുപ്പിൽ ശരീരമൊന്നടങ്കം പുണർന്നുകൊണ്ടും പറഞ്ഞു. വരിഞ്ഞുകെട്ടി മുറുകിയ ദേഷ്യം പതുക്കെപ്പതുക്കെ താണിറങ്ങി അയയുകയും ആനന്ദത്തോടെ അവളെ കരവലയത്തിലിട്ട് രസിക്കാൻ തുടങ്ങുകയും ചെയ്തു അയാൾ. അപ്പുറത്ത് നിഹാര സുഭദ്രൻ എന്ന ഒൻപതാം ക്ലാസുകാരി ബ്ലാങ്കറ്റിനുള്ളിൽ കിടന്ന് പ്രണയം പൂത്ത മനസ്സോടെ മിഷാൽ ഷെരീഫിന് മെസേജുകൾ അയച്ചു കളിച്ചു. സൈലന്റ് മോഡിലാക്കി തലയണയ്ക്കടിയിൽ തിരുകിവെച്ചിരുന്ന മൊബൈലിന്റെ വെളിച്ചം മുറിയിൽ മിന്നിത്തെളിയുകയും കരയുന്ന കുട്ടിയെപ്പോലെ കാലിട്ടടിക്കാൻ തുടങ്ങുകയും ചെയ്തപ്പോഴാണ് തിരിച്ചെത്തി രണ്ടുമൂന്നു മണിക്കൂറായിട്ടും സിതാരയെയും മക്കളെയും വിളിച്ചില്ലല്ലോ എന്നോർത്തത്.

മനംപിരട്ടലോടെ ഫോണെടുത്തു നോക്കുമ്പോൾ എട്ടു പത്തു മിസ്ഡ്കോളുകൾ. സുഭദ്രൻ പതുക്കെ ഫേവറൈറ്റു നമ്പറിൽ വിരലമർത്തി. റിങ് ചെയ്തു, ചെയ്തില്ല എന്നായപ്പോഴേക്കും സിതാര ഫോണെടുത്തു കരയാൻ തുടങ്ങി: "എന്താ ഭദ്രേട്ടാ ഇത്? എന്തു പറ്റീ നിങ്ങൾക്ക്, രാവിലെ മുതൽ നിങ്ങളുടെ വിളിയും കാത്തിരിക്കുകയാണ് ഞങ്ങൾ... പറ, എന്തുപറ്റി? യാത്ര സുഖമായിരുന്നോ?"

അയാൾ അലക്ഷ്യമായി മെല്ലെ പിറുപിറുത്തു: "എയർ ഇന്ത്യ നാലു മണിക്കൂർ ലേറ്റ്. യാത്രയൊക്കെ സുഖമായിരുന്നു... ചെറിയൊരു തലവേദന. അതുകൊണ്ടു വന്ന ഉടനെ കിടന്നതാണ്... മോളും കുട്ടനും കണ്ണനുമൊക്കെ ഉറങ്ങിയോ?"

"ആ, അവരൊക്കെ എപ്പോഴേ ഉറങ്ങി..."

"വിശദമായി നാളെ വിളിക്കാം, നീയും കിടന്നോളൂ..."

അയാൾ മൊബൈൽ തലയണച്ചുവട്ടിലേക്ക് തിരുകി വീണ്ടും ചുരുണ്ടു. ഉറക്കം നഷ്ടപ്പെടുന്നത് എപ്പോഴും അമ്മമാർക്കും ഭാര്യമാർക്കുമാണ്. സൗകര്യങ്ങൾക്ക് വിഘ്നം നേരിട്ടാലേ മക്കൾക്ക് ഉറക്കം പോകൂ...

സുഹൃത്ത് ഷെരീഫിന്റെ മകൾ റുമാനയുടെ മൈലാഞ്ചിക്കല്യാണ ദിവസമായിരുന്നു നിഹാര അവളുടെ ക്ലാസ്മേറ്റ് മിഷാലിനെ പരിചയപ്പെടുത്തിത്തന്നത്. ഉയരംകൂടിയ, സുന്ദരനായ മിഷാൽ അവളുടെ കൂടെപ്പഠിക്കുന്ന ഒരു കുട്ടി മാത്രമല്ല എന്ന അജ്ഞാതമായ ഒരറിവ് അന്നേരം ആരോ അയാളുടെ മനസ്സിലിട്ടുകൊടുത്തു. രണ്ടുപേരുടെയും കണ്ണുകളിൽത്തെളിഞ്ഞ തിളക്കങ്ങൾ സിതാരയെ ആദ്യമായിക്കണ്ട രംഗം മനസ്സിലേക്ക് കൊണ്ടുവന്നു. 'മഹാലക്ഷ്മി'യിലെ ഡ്രൈവറായി ചാർജെടുത്ത ദിവസം ഹൈസ്കൂൾ പടിക്കൽ ബസ് നിർത്തി, കുട്ടികളിറങ്ങിക്ക

ഴിഞ്ഞ്, വീണ്ടും ആക്സിലറേറ്ററിൽ കാൽ വെക്കുംമുമ്പായി തിരിഞ്ഞു നോക്കുമ്പോൾ, ബസിറങ്ങിപ്പോയ സിതാരയും പിന്തിരിഞ്ഞ് അയാളെ നോക്കി നാണത്താൽ മന്ദസ്മിതം തൂവി. അതേഭാവം നിഹാരയിലും മിഷാലിലും അയാൾ പലതവണ കണ്ടു. ഷെരീഫിന്റെ ഏറ്റവും ഇളയ മോനാണ് മിഷാൽ. ഷെരീഫാണല്ലോ വിസ ശരിയാക്കിത്തന്ന് തന്നെ രക്ഷപ്പെടുത്തിയത്...

ഒരാഴ്ച മുമ്പത്തെ സംഭവവും തൊട്ടുമുമ്പ് മിഷാലുമായുള്ള അവളുടെ ഇടപഴകലും മനസ്സിലിട്ട്, സ്നേഹത്തോടെ ഒന്നു ഉപദേശിക്കാൻ ഷെരീഫിന്റെ വീട്ടിൽ നിന്നിറങ്ങുമ്പോൾ ഉദ്ദേശിച്ചതായിരുന്നു. ഊടുവഴിയിലൂടെ ഒന്നും മിണ്ടാതെ ടോർച്ചടിച്ച് കുറെ ദൂരം നടന്നു. കണ്ണനെയെടുത്ത് സിതാര മുന്നിൽ, കുട്ടനും നിഹാരയും അയാളുടെ ഇടത്തും വലത്തും. അയാൾ സ്നേഹത്തോടെ, അലിവോടെ മകളുടെ തോളിലൂടെ കൈയിട്ട് തനിക്കരികിലേക്ക് അടുപ്പിക്കാൻ ശ്രമിച്ചതും തീപ്പൊള്ളലേറ്റതുപോലെ കൈ തട്ടിമാറ്റി, ചാടിയലറി അവൾ ഒഴിഞ്ഞുമാറി. അയാളുടെ മനസ്സും ശരീരവും മരുഭൂമിപോലെ ചുട്ടുപഴുത്തു. അയാൾ വല്ലാതെ പേടിച്ചു വിറച്ചുപോയി. സിതാര ഒച്ചയിട്ടു: “എന്താ മോളേ, എന്തുപറ്റി? വല്ല വിഷജീവിയും കടിച്ചോ നിന്നേ?”

നേരിയ നിലാവിൽ സ്തബ്ധനായി ഒരു അന്യനെപ്പോലെ നില്ക്കുകയായിരുന്ന അയാളുടെ മുഖത്തേക്ക് പേടിയോടെയും വെറുപ്പോടെയും നിഹാര തുറിച്ചുനോക്കി, അമ്മയുടെ മാറിലേക്ക് വീണു. എന്താണ് സംഭവിച്ചതെന്നറിയാതെ മകളെ കൈകളിലൊതുക്കി സിതാര സമാധാനിപ്പിച്ചു. അയാൾ, ഭാര്യക്കും മക്കൾക്കും പിറകെ അന്യനായിക്കൊണ്ടുതന്നെ ടോർച്ചടിച്ചു കൊടുത്ത് തലതാഴ്ത്തി നടന്നു. നടക്കുമ്പോൾ, ഓരോ ഈ രണ്ടു വർഷങ്ങൾ കൂടുമ്പോഴും ഒരു നേർച്ചപോലെ കൊണ്ടുവരാറുള്ള രണ്ടു പവൻ സ്വർണ്ണവും രണ്ടു വർഷത്തേക്കുള്ള വിവിധ സൈസുകളിലും ഡിസൈനുകളിലും വ്യത്യസ്തമാർന്നതുമായ ഉടുപ്പുകളും മകളുടെ വിവാഹവും സ്വപ്നവും എല്ലാമെല്ലാം വലിയൊരു പൽച്ചക്രംപോലെ പതുക്കപ്പതുക്കെ അയാളുടെ മനസ്സിലൂടെ കറങ്ങാൻ തുടങ്ങി.

മകളെപ്പോലെ ഓമനിച്ചു വളർത്തിയ മിസ്ബയുടെ മുഖം ഒരു വെളിച്ചക്കീറുപോലെ തിളങ്ങി വന്ന് അന്നേരം അയാളിൽ നേരിയ ആശ്വാസം ചൊരിഞ്ഞു. നിഹാരയ്ക്ക് മിസ്ബയെക്കാൾ ഒരു വയസ്സിനു മാത്രമേ മൂപ്പുള്ളൂ. എന്നിട്ടും, മുതിർന്ന ഒരു പെണ്ണിനെപ്പോലെ മിസ്ബ സുന്ദരിയായിരുന്നു. ഇത്രയുംകാലം മിസ്ബയെ ലാളിച്ചോമനിച്ച് ഇഷ്ടാനിഷ്ടങ്ങളൊക്കെയും നടത്തിക്കൊടുത്തത് സുഭദ്രൻ. മുതലാളിയുടെ പണം, മിസ്ബയുടെ ഇഷ്ടം. കൂടെ കൊണ്ടു നടന്ന് സുഖാണോ, ഇഷ്ടാണോ, എന്തുണ്ട് വിശേഷം, നമസ്കാരം എന്നീ വാക്കുകൾ പറയാൻവരെ അവളെ പഠിപ്പിച്ചു....

ഡോർബെൽ ശബ്ദംകേട്ട്, വാതിൽ തുറക്കുമ്പോൾ മുന്നിൽ ഹനീഫ: “നീയെന്താ, ഫോണെടുക്കാത്തത്? ബാക്കിള്ളോൻ എത്ര

തവണ അടിച്ചിട്ടും നീ ഫോണെടുത്തില്ലല്ലോ? എന്തു പറ്റി? നാട്ടീപ്പോയി വല്ല പീഡനക്കേസിലും തല കുടുങ്ങിയോ?”

“ഫോൺ സൈലന്റിലിട്ടതായിരുന്നു. വല്ലാത്തൊരു ക്ഷീണം. സുഖമില്ലായ്മ... എന്തോ ഇത്തവണത്തെ വെക്കേഷൻ ഒരു സുഖോം കിട്ടീലാ... ആകെ കൊളമായീന്ന് പറയാം...”

“ഉം എന്തു പറ്റീ?”

സുഭദ്രൻ തെല്ലുനേരം മൗനത്തിലാണ്ട് ഹനീഫയെ നോക്കി.

“കുട്ട്യാൾഡെ കുറ്റോം കൊറവും മറ്റുള്ളവരോട് പറഞ്ഞാ അവരും കൂടി കുട്ട്യാളെ മോശമായി കാണും. അവരൊക്കെ ഉള്ളുകൊണ്ടു ചിരിക്കുകയും പരിഹസിക്കുകയും ചെയ്യും. അതോണ്ട്, ദാസേട്ടനോടും കുട്ട്യേട്ടനോടും ഇതൊന്നും പറഞ്ഞ് ചളമാക്കണ്ട... നാട്ടുകാരോട് പ്രത്യേകിച്ചും...”

സിതാര അയാളുടെ ചെവിയിൽ പതുക്കെ മന്ത്രിച്ചു. അതു നേരാണെന്ന് അയാൾ തലയാട്ടി.

“നീയെന്താ ഒന്നും മിണ്ടാതെ തലയാട്ടിക്കളിക്കുന്നത്?”

“ഏയ് ഒന്നൂല്ല. വിശേഷങ്ങളൊക്കെ നമുക്ക് നാളെപ്പറയാം, നല്ല തലവേദന... മുതലാളിയോടും മുതലാളിച്ചിയോടും വന്ന വിവരം ഇന്റർകോമിലൂടെ വിളിച്ചു പറഞ്ഞു, അത്രമാത്രം...

എങ്ങനെയുണ്ടായിരുന്നു രണ്ടു മാസത്തെ ജോലികൾ?”

“അതൊക്കെ ഒരു കഥതന്നെ എന്റിഷ്ടാ, നിന്റെ മുതലാളിയും മക്കളും മാന്യരായതോണ്ട് അപകടമില്ലാതെ കഴിച്ചുകൂട്ടി. വീട്ടിലെ ബുദ്ധിമുട്ടുകൊണ്ടാ ആരോഗ്യം മോശായിട്ടും നിന്റെയീ പണികൂടി ഏറ്റെടുത്തത്... അതോണ്ട് കുറച്ച് റിയാൽ കൂടുതൽ കിട്ടി... ങാ..., നീ കിടന്നോ, ഞാൻ നാളീങ്കൂടി മിസ്ബയെ കൂട്ടാൻ വരാം... വിശദമായി നാളെ സംസാരിക്കാം...”

സുഭദ്രൻ വീണ്ടും തലയാട്ടി.

ഹനീഫ വാതിലടച്ച് തിരിച്ചുപോയി. ഒരു ഗ്ലാസ് ചായ ഉണ്ടാക്കി പതുക്കെ കുടിച്ചു. അപ്പോഴും മനസ്സ് നാട്ടിൽത്തന്നെയായിരുന്നു. അവിടെ നിന്നും മനസ്സു തിരിച്ചു പോരണമെങ്കിൽ ഒരു മാസം കഴിയണം. കണ്ണനും കുട്ടനും വളർന്നാലേ ഇനി തനിക്കൊരു രക്ഷയുള്ളൂ... അതിനിടയിൽ നിഹാരയുടെ കല്യാണവും... എന്റെ ദൈവമേ...

ചായ കുടിച്ചുകൊണ്ടിരിക്കെയാണ് അളിയൻ മനോജെത്തിയത്. സമയമില്ലാഞ്ഞിട്ടും കിട്ടിയ ഒഴിവിൽ ഓടിപ്പോന്നതാണ്. മറ്റൊരുത്തനെ അഡ്ജസ്റ്റ് ചെയ്തുകൊണ്ടുള്ള വരവ്. സൂപ്പർമാർക്കറ്റിലെ ജോലി എന്നു പറഞ്ഞാൽ ഒരൊഴിവും ഇല്ലാത്ത പണിയാണ്. നാട്ടിലും ഇന്നിപ്പൊ പത്തും പതിനഞ്ചും ഉറുപ്പിക ശമ്പളം കിട്ടും. പറഞ്ഞിട്ടെന്താ? ഇങ്ങോട്ട് ഓടിപ്പോന്നില്ലേ? ഇനി സഹിക്കുക തന്നെ...

“രാവിലെ ആറുമണിക്ക് ഡ്യൂട്ടിക്കെത്തണം. ഇപ്പൊത്തന്നെ മണി പന്ത്രണ്ടര കഴിഞ്ഞു... ആ, എന്തൊക്കെ നാട്ടിലെ വിശേഷങ്ങൾ?”

"കാര്യമായൊന്നും ഇല്ല. അങ്ങനെ പോകുന്നു. സിതാരയും സുജയും നിന്നോട് ഫോണിലൂടെ പറഞ്ഞതൊക്കെതന്നെ... മറ്റെന്ത്? വാരസ്യാരുടെ ചെറിയ കുട്ടില്ലേ, എന്താ ഓളെ പേര്, ആ ആലീഷ, ആ കുട്ടി ഒരു ക്രിസ്ത്യാനിച്ചെക്കന്റെ കൂടെ പോയീത്രെ..."

"അതൊക്കെ ഞാനറിഞ്ഞിരുന്നു. അളിയൻ കെടന്നോളൂ... പെട്ടി തുറന്ന് ഞാൻ വേണ്ടത് എടുത്തോളം..." കിടന്നിട്ടും കണ്ണടച്ചിട്ടും സുഭദ്രന് ഉറക്കം വന്നില്ല. അയാളങ്ങനെ നിശ്ചലം കിടന്നു. മനംപിരട്ടലിന് ഇത്തിരി ശമനം കിട്ടിയതുപോലെ. പക്ഷേ, ദേഹമാസകലം, ഒരു വിറയൽ വരുന്നതായി അയാൾക്ക് തോന്നി... ആ വിറയലിലൂടെ പുറപ്പെടുന്നതിന് തൊട്ടുമുമ്പുള്ള ഒരു രാത്രിയിലേക്ക് അയാൾ തിരിച്ചുപോയി...

യാത്രയുടെ തലേന്നുള്ള രതി അപൂർണ്ണമാകാനേ തരമുള്ളൂ. ലക്ഷ്യത്തിലെത്താൻ കഴിയാതെ, വഴിയിലെവിടെയെങ്കിലും നിശ്ചലമായിപ്പോകും ആ ദുഃഖവണ്ടി. അതുകൊണ്ട് അതിനും തൊട്ടുമുമ്പുള്ള ദിവസത്തേക്കാക്കി ആഘോഷം. അതൊരു ഉത്സവരാത്രിയാണ്. ഓരോ ഈരണ്ടു വർഷം കൂടുമ്പോഴും കിട്ടുന്ന രാത്രികളിൽ ഏറെ പ്രധാനപ്പെട്ട ഒരു രാത്രി. നേരത്തേ കിടന്നു സംസാരം തുടങ്ങി, പതുക്കെപ്പതുക്കെ കടൽമുഴക്കത്തിന് ശക്തി കൂടിക്കൂടി വരുമ്പോഴായിരുന്നു, വാതിലിൽ മുട്ടുകേൾക്കാൻ തുടങ്ങിയത്...

"മോളാവും... എന്താ ചെയ്യാ?"

സിതാര കണ്ണുകൾകൊണ്ട് ചോദിച്ചു.

"മിണ്ടാണ്ടിരി... രണ്ടു മുട്ടുകൂടി മുട്ടി അവൾ നിർത്തും... അവൾക്കും പ്രായപൂർത്തിയായില്ലേ?"

അവർ ഉന്മാദത്തിന്റെ കടൽത്തിരകളിലൂടെ ആർത്തുനീന്താൻ തുടങ്ങവെ, അക്ഷമയോടെ വാതിൽ തല്ലിപ്പൊളിക്കുമെന്ന മട്ടിലായി. ചാടിയെഴുന്നേറ്റ്, വസ്ത്രങ്ങൾ വാരിവലിച്ചു ചുറ്റി, വാതിൽ തുറക്കുമ്പോൾ ഒരു കൂസലുമില്ലാതെ നിഹാര. അയാൾ വാ തുറക്കും മുമ്പേ, അവൾ അകത്തേക്കോടി ബാത്ത്റൂമിൽക്കയറി വാതിലടച്ചു. തിരിച്ചുപോരുമ്പോൾ തന്റെ ദേഷ്യം മുഴുവനും അമ്മയ്ക്കു നേരെ കാണിച്ചുകൊണ്ട് അവൾ മുരണ്ടു: "ആകെയുള്ള അറ്റാച്ച്ഡ് മുറിയാ ഇത്. അതിങ്ങനെ അടച്ചുപൂട്ടി നിങ്ങൾ രസിക്ക്യാച്ചാ... ഞാനീ രാത്രീല് എവിടെപ്പോകാനാ?"

പരസ്പരം മുഖത്തോടുമുഖം നോക്കി ലജ്ജയോടെയും സങ്കടത്തോടെയും അവർ ലൈറ്റ് കെടുത്തി.

"ദെന്താ, ഏട്ടാ, ഇങ്ങനെ പിച്ചും പേയും പറയുന്നത്?"

മനോജ് കിടന്നുകൊണ്ട് സുഭദ്രനോട് ചോദിച്ചത് അയാൾ കേട്ടില്ല. അയാളുടെ മനസ്സിലും ആത്മാവിലും നിറയെ നിഹാരയായിരുന്നു. പ്രിയപ്പെട്ട മകൾ. ഒപ്പം കൈകാലുകളിലൂടെ വിറയലും ചൂടും കയറാനും തിമിർക്കാനും വിറയ്ക്കാനും തുടങ്ങി... കുറെ സമയം തിരിഞ്ഞുമറിഞ്ഞു കിടന്നു... നേരം വെളുക്കാറായപ്പോൾ മനോജ് എഴുന്നേറ്റ് എ സി ഓഫാക്കി, ചായയുണ്ടാക്കി, കുളിച്ച് പുറത്തിറങ്ങി.

“വാതിൽ ചാരിയാൽ മതി...”

കിടന്നുകൊണ്ടുതന്നെ സുഭദ്രൻ പറഞ്ഞു. അന്നേരം പനിച്ചൂട് അതിന്റെ എല്ലാവിധ ധാർഷ്ട്യത്തോടെയും അയാളെ കൊത്താൻ തുടങ്ങിയിരുന്നു. പൊള്ളുന്ന ദേഹവുമായി, നിസ്സഹായതയോടെ അയാൾ പതുക്കെ ഞരങ്ങാനും പിറുപിറുക്കാനും തുടങ്ങി. നിലയില്ലാത്ത ഒരു തീക്കയത്തിലകപ്പെട്ടവനെപ്പോലെ ഉള്ളം പൊള്ളി സഹനത്തോടെ കനത്ത പുതപ്പിനുള്ളിൽ അയാൾ കിടന്നു വിറച്ചു. കണ്ണുകൾ തുറക്കാനോ കൈകാലുകൾ നീട്ടാനോ ആവാതെ സുഭദ്രൻ കുഴങ്ങി.

പൊടുന്നനെ, അയാളുടെ തലയ്ക്കരികിൽനിന്നും മൃദുവായി, സ്നേഹത്തോടെയുള്ള വിളി: “സുബാ... സുബാ... സുബാ...” ബലംപ്രയോഗിച്ച് കണ്ണുകൾ തുറക്കുമ്പോൾ നേർത്ത പ്രഭാതക്കുളിരിലൂടെ ഒരു മാലാഖയെപ്പോലെ പാറിയിറങ്ങിവന്ന മിസ്ബയുടെ വെളുത്തുതുടുത്ത ഓമനമുഖം. അയാൾ അവളെ മതിവരാതെ നോക്കി കണ്ണീർപൊഴിച്ചു. അവൾ, ഞെട്ടലോടെ അയാളുടെ വീതിയേറിയ നെറ്റിയിൽ പതുക്കെ കൈവെച്ച്, പേടിയോടെ ചോദിച്ചു: “സുഖല്ലേ സുബാ.”

അയാൾ ഒന്നും പറയാതെ കോരിപ്പിടിച്ച്, നനഞ്ഞൊഴുകിയ കണ്ണുകളോടെ ദയനീയമായി വീണ്ടും മിസ്ബയെ നോക്കി. കൈയിൽ കരുതിയിരുന്ന വിലകൂടിയ സ്വർണ്ണവർണ്ണമാർന്ന ചെറിയ കൂജയിൽനിന്നു പ്ലാവിലക്കുമ്പിൾ വലുപ്പത്തിലുള്ള ഗ്ലാസിലേക്ക് ഖഹ്വ ഒഴിച്ച്, സ്നേഹവാത്സല്യങ്ങളോടെ അവൾ അയാളുടെ ചുണ്ടോട് അടുപ്പിച്ചു. സകല ക്ഷീണവും ശരീരത്തിന്റെ ആവതില്ലായ്മയും മറന്ന് ആ സിദ്ധൗഷധം നുകരാനായി അയാൾ ഊർജ്ജസ്വലതയോടെ ഞരങ്ങി ഉയർന്ന്, തലയണയിൽ ചാരിയിരുന്നു...

വരണ്ടുണങ്ങിയ ചുണ്ടുകളിലേക്ക് പതുക്കെപ്പതുക്കെ അവൾ നേർത്ത ചൂടുള്ള ഖഹ്വ ഇറ്റിച്ചുകൊടുത്തു. കാപ്പിയും ഏലവും ഇഞ്ചിയും കുരുമുളകും മറ്റും ഇട്ടു തയ്യാറാക്കിയ അറബികളുടെ ആ വിശിഷ്ട പാനീയം ചുക്കുകാപ്പിപോലെ അയാൾ നുണഞ്ഞു. അവളെ നോക്കി ആശ്വസിച്ച് മന്ദഹസിച്ചു. പിന്നെ, തെല്ലൊരു അധികാരത്തോടെ വളരെപ്പതുക്കെ, അവളെ തന്നിലേക്കടുപ്പിച്ച്, അലിവോടെ നെറ്റിയിൽ ചുംബിച്ച് ആർദ്രതയോടെ വിതുമ്പി: “ന്റെ മോളേ...”

അന്നേരം, ചാരിയിട്ട വാതിൽ തുറന്ന് അഹ്മദ് അൽ ശലബാൻ കയറിവരുകയും ഞെട്ടലോടെ രണ്ടുപേരെയും മാറിമാറി തുറിച്ചു നോക്കുകയും ചെയ്തു.

11

പങ്കുവയ്ക്കാൻ പറ്റാത്ത ചില ദൃശ്യങ്ങൾ

ആനച്ചെവി അരിഞ്ഞെടുത്ത് മലർത്തിപ്പിടിച്ചതുപോലെയുള്ള പാൽച്ചേമ്പിലയിലെ ജലച്ചില്ലകളിൽ പരൽമീനുകളുടെ വട്ടംചുറ്റൽ. എണ്ണിയെടുക്കാവുന്ന ചെറുമീനുകൾ ചുണ്ടു കൂർപ്പിച്ച് ആനന്ദത്തോടെ അവയ്ക്കനുവദിച്ചുകിട്ടിയ ഇളംപച്ചപ്പാർന്ന പ്രതലത്തിലെ ഇത്തിരി വെള്ളത്തിലൂടെ സകലതും മറന്ന് നീന്തിത്തുടിച്ചുകൊണ്ടേയിരുന്നു. നുരയിട്ടും വാലിളക്കിയും അവ അയാളെ രസിപ്പിച്ചു.

അതിരുകളില്ലാത്ത നെല്പാടത്തിലെ വരമ്പിടുക്കിലൂടെ ഒഴുകിയിറങ്ങുന്ന വെള്ളത്തിൽ തോർത്തുമുണ്ട് നിവർത്തിപ്പിടിച്ച് നേടിയെടുത്ത പരൽമീനുകളെ വാത്സല്യത്തോടെ കാണുകയും ഓമനിക്കുകയും ചെയ്തു അയാൾ. മാവിൻചുവട്ടിൽ കളിച്ചുകൊണ്ടിരുന്ന സമപ്രായക്കാരെയെല്ലാം കൊതിപ്പിച്ച്, കൈയിലെ ഇലത്തടാകവുമായി മുറ്റത്തൂടെ അയാളങ്ങനെ ഓടിക്കളിച്ചു; പിറകിൽ വികൃതിക്കുട്ടികളും ഓടിയോടി മുറ്റം ചാടിക്കടന്ന്, കവുങ്ങും തെങ്ങും പിന്നിട്ട് വയൽവരമ്പിലേക്കിറങ്ങി തെളിവെള്ളത്തിലേക്കു മീനുകളെ ഒഴുക്കിവിടാൻ ആഗ്രഹിച്ചു. വയൽ നിറയെ നിരയൊത്തു നില്ക്കുന്ന അത്ഭുതങ്ങളുടെ കോൺക്രീറ്റു കൊട്ടാരങ്ങൾ. ചെറുതും വലുതുമായ കെട്ടിടസമുച്ചയങ്ങൾ. ചിലയിടങ്ങളിൽ വർഷങ്ങൾക്കുമുമ്പ് നീരൊഴുകിപ്പോയതിന്റെ അടയാളങ്ങൾ. വിണ്ടുകീറിയ മൺതിട്ടകൾ.

അമ്പരപ്പോടെ തിരിഞ്ഞോടുമ്പോൾ ആനച്ചെവിയിൽ വെള്ളം തുളുമ്പിപ്പോയി, മീൻകുഞ്ഞുങ്ങൾ ചത്തുകിടക്കുന്നു! അയാൾക്ക് സഹിക്കാനായില്ല. എത്രയെത്ര ജീവനുകൾ? അയാൾ അട്ടഹസിക്കാനും കൈകാലുകളിട്ടടിക്കാനും തുടങ്ങി.

“ഉപ്പൂപ്പ വിളിച്ചോ?”

സൂരജ് എന്ന പേരക്കുട്ടി ശീതീകരിച്ച ആശുപത്രിമുറിയിലെ ബെഡിൽ അനക്കമില്ലാതെ കിടക്കുന്ന വൃദ്ധനോട് പേടിയോടെ ചോദിച്ചു. അയാൾ നിസ്സഹായതയോടെ അവന്റെ സുന്ദരമുഖത്തേക്കു നോക്കി പതുക്കെ കണ്ണുചിമ്മി. സൂരജ് ബ്ലാക്ക്ബെറിയിലെ നീലദൃശ്യങ്ങളുടെ പുളപ്പിലേക്കു വീണ്ടും തിരിച്ചുപോയി. തൊട്ടടുത്ത മുറിയിലെ അലീന എന്ന പെൺകുട്ടി അവനെ കാത്ത് അക്ഷമയോടെ പുറത്തുനിന്നിരുന്നു. ഹൃദയശസ്ത്രക്രിയ കഴിഞ്ഞ അമ്മാവനെ സന്ദർശിക്കാനെന്ന പേരിലായിരുന്നു അവൾ എത്തിയിരുന്നത്.

സൂരജിന്റെ പിതാവിന് അയാളുടെ ഉപ്പൂപ്പയുടെ പേരായ മുഹമ്മദ് എന്ന പേരുതന്നെ ഇടണമെന്ന വാശിക്കാരനായിരുന്നു അയാൾ - പ്രവാചകന്റെ പേര്. ഇതേ വാശി സൂരജിന്റെ പേരിടുമ്പോഴും അയാൾ പ്രകടിപ്പിച്ചു. പക്ഷേ, വൃദ്ധന്റെ അധികാരവും ശക്തിയും അന്നേക്ക് നഷ്ടപ്പെട്ടിരുന്നു. അതുകൊണ്ടുതന്നെ അയാൾ നിശ്ശബ്ദം മൂളി കെറുവിച്ച് എല്ലാവരോടുമായി പറയുകയും ചെയ്തു: "ജാത്യേതാന്നറിയോ ഓന്റെ പേരു കേട്ടാൽ?"

ആരും ഒന്നും മിണ്ടിയില്ല. അയാൾ കിതച്ചുകൊണ്ട് തനിക്കറിയാവുന്ന ഭാഷയിൽ സംസാരിച്ച് അവസാനം അകത്തേക്ക് കയറി.

ഭാര്യ പറഞ്ഞു: "കുട്ട്യോളെ കാര്യത്തിലൊന്നും ഇങ്ങളിനി ഇടപെടണ്ട. അതാ നല്ലത്."

ഭാര്യയെ തുറിച്ചുനോക്കി അയാൾ പല്ലിറുമ്മി.

വാതിൽ തുറന്ന് നഴ്സ് വന്നപ്പോൾ സൂരജ് ആവേശത്തോടെ കസേരയിൽനിന്ന് എഴുന്നേറ്റു.

"നില്ല്, ഇത്തിരി കഴിഞ്ഞ് പുറത്തിറങ്ങാം. ഉപ്പുപ്പായ്ക്ക് ഇഞ്ചക്ഷനുണ്ട്."

സൂരജ് മടിയോടെ മാറിനിന്നു.

ഓരോരുത്തരുടെയും ഊഴമനുസരിച്ച് ഉപ്പൂപ്പായ്ക്കരികിൽ രണ്ടു ദിവസം ഇരിക്കേണ്ടയാളാണ് സൂരജ്. കുടുംബത്തിൽ ഒരു കല്യാണമുണ്ടായപ്പോൾ ആരോ പറഞ്ഞുകൊടുത്ത ബുദ്ധിയായിരുന്നു ഇത്. ഹോം നഴ്സിനെ വീട്ടിൽ വയ്ക്കുന്നതിനേക്കാൾ ലാഭം ഹോസ്പിറ്റലിൽ അഡ്മിറ്റ് ചെയ്യുകയാണ്. കാര്യമായ ചികിത്സയും നല്ല ശ്രദ്ധയും കിട്ടും. പിന്നെ, വിവരങ്ങളറിയാൻ ആരെയെങ്കിലും ഇടയ്ക്ക് പറഞ്ഞയച്ചാൽ മതി.

അങ്ങനെയാണ് അയാൾ ഏറെ ലാളിച്ചു വളർത്തിയ മൂത്ത മകന്റെ മകളുടെ വിവാഹം കെങ്കേമമായി നടന്നത്. ഒരാളും വൃദ്ധനെ അന്വേഷിച്ചില്ല, ഓർത്തില്ല. അന്ന് ആശുപത്രിയിൽ നഴ്സ് മാത്രം അയാൾക്കരികിലിരുന്ന് തന്റെ മൊബൈലിൽ കാമുകനുമായി ദീർഘനേരം സംസാരിക്കുകയും ചിരിക്കുകയും ചെയ്തു.

കല്യാണ ബഹളങ്ങളൊക്കെ കഴിഞ്ഞശേഷം വൃദ്ധന്റെ ഏറ്റവും അടുത്ത ചങ്ങാതി മകനോട് ചോദിച്ചു: "ഓനിപ്പൊ ആശുപത്രീലാണോ?"

മകൻ പറഞ്ഞു: "കല്യാണത്തിന്റെ ഒരു മാസം മുമ്പ് അഡ്മിറ്റാ

ക്കീതാണ്."

സൂരജിന്റെ മൊബൈലിൽ വീണ്ടും ചിത്രസാന്നിദ്ധ്യമറിയിച്ചുകൊണ്ട് സംഗീതം. ജാലകത്തിലൂടെ പുറത്തേക്കു നോക്കി രസിച്ചുകൊണ്ടിരുന്ന നഴ്സിനെ ഒന്നു നോക്കി, പതുക്കെ പുറത്തിറങ്ങി. പുറത്ത് കനത്ത ചൂടായിരുന്നു. മൃദുവായി സംസാരിച്ചുകൊണ്ട്, ഏതോ ഒരത്യാവശ്യത്തിനെന്നപോലെ അവൻ അലീനയ്ക്കരികിലേക്കാടി.

വൃദ്ധൻ ഒന്നിളകി, കൺപോളകൾ തുറന്നടച്ചു. തണുപ്പിന്റെ സുഖശീതളിമയിലൂടെ വീണ്ടും പിറകിലേക്കു നടന്നു. പക്ഷിത്തൂവൽ പാറിയിറങ്ങുന്നതുപോലെ ഒരു നടത്തം.

സ്കൂളിന്റെ പൂപ്പൽ പിടിച്ച, പടുമുളകൾ പൊട്ടിയ വെട്ടുകൽ മതിലിനു ചാരിനിന്ന് അവർ നാലഞ്ചു പേർ സുഖമായി മൂത്രമൊഴിച്ചു. ഉറുമ്പുകളുടെ ലോകമഹാസമ്മേളനത്തിനു പോകുന്ന വലിയൊരു ജാഥ അയാൾക്കു മുന്നിൽ. കൗതുകത്തോടെ ആ ജീവിജാഥയിലേക്ക് അയാൾ നീട്ടിനീട്ടി മൂത്രമൊഴിക്കാൻ തുടങ്ങി. നുരയിലും പതയിലും പെട്ട് ഉറുമ്പുകൾ ചത്തുമലച്ചു. സമ്മേളനത്തിനു പോകുന്ന പ്രവർത്തകർ വെള്ളപ്പൊക്കത്തിൽ പെട്ടെന്ന വാർത്ത കൗമാരകുതൂഹലത്തോടെ അയാൾ വായിച്ചെടുത്തു.

എത്രയെത്ര ജീവനുകൾ. ഭൂമിയിലെ അടയാളങ്ങളും അവകാശികളും. മനുഷ്യർക്കു പാഠങ്ങൾ നല്കുന്ന ഉറുമ്പൊരുമ. സംഘബലത്തിന്റെ നീണ്ട ജാഥയിൽ അണിചേർന്ന ആ ജീവികളെ ഒന്നൊന്നായി അയാൾ മൂത്രാഭിഷേകത്തിൽ മുക്കിക്കളഞ്ഞു. ഉറുമ്പുകളിപ്പോൾ അയാളെക്കാത്ത് അക്ഷമയോടെ മണ്ണിനടിയിൽ കാത്തിരിക്കുകയായിരിക്കും. ഒരു ദിവസമോ ഏറിയാൽ രണ്ടു ദിവസമോ മാത്രം മതിയാവും ആ ശരീരം തിന്നു തീർക്കാൻ. മാംസമെല്ലാം കൊത്തിവലിച്ചു തിന്നുമ്പോൾ, ഏതെങ്കിലുമൊരു ഉറുമ്പിൻകുഞ്ഞ് പറയാതിരിക്കില്ല: ഇവനെന്റെ പിതാവിനെ മൂത്രത്തിൽ മുക്കിക്കൊന്നവനാണ്. ഇവന്റെ മാംസം, ഹായ്, എന്തു രസം!

അയാൾക്കു മുകളിൽ കറുത്ത മുന്തിരിക്കുലകൾപോലെ അശുഭകരമായ ചില ഓർമ്മകൾ തൂങ്ങിയാടാൻ തുടങ്ങി.

താനിപ്പോൾ കിടക്കുന്നത് ആശുപത്രിയിലോ വീട്ടിലോ അല്ല, മണ്ണിനടിയിലാണെന്ന് അയാൾക്കു തോന്നി. ചിതലുകളും തേളുകളും പാമ്പുകളും ഉറുമ്പുകളും പരശ്ശതം കൃമികളും അയാളെ തിന്നുതീർക്കാൻ തുടങ്ങി. ഈ ഭക്ഷണം തീർന്നിട്ടു വേണം അടുത്തയാളെ തേടിപ്പോകാനെന്ന് ജീവികളുടെ ആവേശം അയാളെ ബോദ്ധ്യപ്പെടുത്തി. ഒന്നിനും കഴിയാതെ, അനങ്ങാനാവാതെ ജീവികളുടെ ഒരു ഇഷ്ടഭോജ്യമായി അയാൾ നിശ്ശബ്ദം കിടന്നു. ഉറുമ്പുകൾ അയാളെ തിന്നുകൊണ്ടേയിരുന്നു.

വാതിൽ തുറക്കുന്ന ശബ്ദം കേട്ടതോടെ തെല്ലു സമാധാനമായി. വീണ്ടും കൺപോള തുറന്നടച്ചു. സൂരജ് ആഹ്ലാദത്തിന്റെ സംതൃപ്ത

മുഖവുമായി തിരിച്ചെത്തി കസേരയിലിരുന്ന് വീണ്ടും പാസ്‌വേഡുകളിട്ട് താഴിട്ട ഫോൾഡറുകളിലെ പാമ്പുമടകളിലേക്കു വഴുതി. കസേരയിൽ ഒന്നു താണിരുന്നപ്പോൾ ചന്തിയിറങ്ങിയ പാന്റ്സും നീലനിറത്തിലുള്ള ജെട്ടിയും നഴ്സിന്റെ കണ്ണിലുടക്കി.

"പുറത്ത് മഴ പെയ്യുന്നുണ്ടോ?"

ചോദിക്കണമെന്നുണ്ടായിരുന്നു. കഴിഞ്ഞില്ല. അല്ലെങ്കിൽ ഇങ്ങനെ ചോദിക്കുന്നത് ആരു കേൾക്കാൻ? അതുകൊണ്ടുതന്നെ മഴച്ചാറ്റലിലേക്കും അതിലൂടെ പെരുമഴയിലേക്കും അയാൾ സ്വയം നടന്നുപോയി. മഴയത്ത് പുഴ നിറഞ്ഞൊഴുകി. ചെമന്നുകലങ്ങിയ മഴവെള്ളം കുത്തിയൊലിച്ച് പടിഞ്ഞാറോട്ട് ഒഴുകുന്നത് ആൾക്കൂട്ടം കൗതുകത്തോടെ നോക്കിനിന്നു. പുഴയ്ക്കൊരു പാലം എന്ന മുറവിളിയെക്കുറിച്ച് അന്നേരം വീണ്ടും ആളുകൾ സംസാരിക്കാൻ തുടങ്ങി. കുഞ്ഞൻ നായരും അയാളും നെഞ്ചുവിരിച്ച് കരുത്തോടെ എന്തിനും തയ്യാറായി ജാഗ്രതയോടെ നിന്നു.

"ഒരൊതുക്കം വരട്ടെ, എന്നിട്ടാകാം കുഞ്ഞാ, കുട്ട്യോളെ കടത്തൽ."

നാട്ടുകാരണവർ സ്നേഹത്തോടെ കുഞ്ഞൻ നായരോട് പറഞ്ഞു.

താൻ മറുപടി കൊടുത്തു: "കുട്ട്യോളെ സ്കൂളിൽപോക്കങ്ങനെ നിർത്തണോ?"

അയാളുടെ കനത്ത മറുചോദ്യത്തിന് പിന്നെയാരും ഒന്നും പറഞ്ഞില്ല. വള്ളിട്രൗസറിനു മേലെ തോർത്തുടുത്ത് കുട്ടികളെ അക്കരെക്കടത്താൻ അയാൾ റെഡിയായി. അതു കണ്ടപ്പോൾ കുഞ്ഞൻ നായരും കുട്ടികളെ പുഴ കടത്താൻ തയ്യാറായി. വർഷകാലങ്ങളിൽ അതവരുടെ അവകാശം. അന്നവരെത്തേടിയെത്തുക പലതുമായിരിക്കും. പണവും സമ്മാനങ്ങളും പ്രശംസയും. അങ്ങനെ ഗ്രാമത്തിലെ കരുത്തന്മാരായി അവർ വളർന്നു.

ഓർക്കുന്നുണ്ട്. അയാളെല്ലാം ഓർക്കുന്നുണ്ട്.

വലതുകൈയിൽ നാലുപേർ, ഇടതുകൈയിൽ മൂന്നുപേർ. കുട്ടികൾ ധൈര്യത്തോടെ അയാളുടെ കരുത്താർന്ന കൈകളിൽ പിടിച്ച് കുത്തൊഴുക്കിനെതിരെ നടന്നു. നടുവിലെത്തിയപ്പോൾ ഒരു കുട്ടിയുടെ ഉള്ളൊന്നു കാളി. അവൾ പേടിയോടെ കരയുകയും അയാൾ കരുത്തോടെ ഒച്ചയിടുകയും ചെയ്തു. കുട്ടികളെ കൈയിൽ പൊക്കിയെടുത്തു അയാൾ. പേടിച്ചുവിറച്ച് അവൾ പിടിവിട്ട് ഒഴുക്കിലൂടെ താഴേക്ക് താഴേക്ക്. അയാൾ മറ്റുള്ളവരെ കരയ്ക്കെത്തിച്ച് താഴേക്ക് ഓടിച്ചെന്നെങ്കിലും കുട്ടിയെ കണ്ടെത്താനായില്ല. മൂന്നു ദിവസം കഴിഞ്ഞപ്പോൾ കൈതയോലക്കൂട്ടത്തിൽ അവളെ കണ്ടെത്തി... മീനുകളും ഉറുമ്പുകളും വിഷജീവികളും തിന്നുതീർത്തതിന്റെ ബാക്കി.

അന്നയാൾ പുഴ കടത്തൽ പരിപാടി നിർത്തി. പിന്നീട് എത്രയോ കാലം കഴിഞ്ഞാണ് പാലം വരുന്നത്. അതിനിടയിൽ ശുദ്ധനായ ഒരു ഭക്തനായി പരിണമിച്ച് അയാൾ ഗ്രാമത്തിലൊന്നടങ്കം ജനസേവനം

നടത്തി. അയാളുടെ താടി നീണ്ടുവരികയും നെറ്റിയിൽ നമസ്കാരത്തഴമ്പ് തെളിയുകയും ചെയ്തു.

നേർച്ചക്കോഴികളുടെ കൊക്കിപ്പാറൽ തലയ്ക്കു മുകളിൽ. ചിറകടി നെഞ്ചു പിളർത്തുന്നു. നഖം കൊണ്ട് ശരീരത്തിലെ മാംസം മാന്തിയെടുക്കുന്നു... ചോരപ്പൂക്കളുടെ ഉത്സവത്തിലൂടെ കണ്ണുപൊത്തിയോടുന്നു.

ഓരോ കോഴിയെ അറുത്തിടുമ്പോഴും അയാളിൽ അദമ്യമായൊരു രുചി കയറിക്കൂടുമായിരുന്നു. രാത്രിഭക്ഷണം അല്ലെങ്കിൽ ഉച്ചഭക്ഷണം അതിലേക്ക് അയാൾ ഭക്തിയോടെയും വിനയത്തോടെയും ചെന്നെത്തി. പട്ടിണിയുടെ കാലത്തും കോഴിക്കുറകും ചോറും അന്യവീടുകളിൽ അയാളെക്കാത്ത് ഇളംചൂടോടെ ഒതുങ്ങിയിരുന്നു. ഭക്ഷണത്തിനുശേഷം ചെറിയൊരു പ്രാർത്ഥന. വീട്ടുകാർക്ക് സന്തോഷവും സമാധാനവും.

പിന്നീട് ഇറച്ചിക്കോഴികളുടെ കാലമായിരുന്നു. അതോടെ നേർച്ചക്കോഴികൾ കുറയുകയും അറവിന്റെ ചടപ്പ് ഒഴിയുകയും ചെയ്തു. നാടൻകോഴികൾ അപൂർവ്വമായി അയാളെത്തേടി എന്നിട്ടും വന്നുകൊണ്ടിരുന്നു.

ഓറഞ്ചിന്റെ ഒരല്ലിയെടുത്ത് സ്നേഹത്തോടെ നഴ്സ് അയാളുടെ വരണ്ട ചുണ്ടുകളിൽ വച്ചു. നേരിയ ഒരനക്കം ചുണ്ടുകളിലുണ്ടായി. തെളിനീര് ഇറ്റിറ്റുവീഴുമ്പോൾ ജീവൻ തുടിക്കുന്ന വരണ്ട പുൽനാമ്പുപോലെ അയാളുടെ കറുത്ത ചുണ്ടുകളിൽ ജീവനുണരുന്നത് അവൾ ശ്രദ്ധിച്ചു. നാവിന്റെ നേരിയ ഒരു ചലനം മാളത്തിൽനിന്നു തലനീട്ടിയ ഒരു നീർക്കോലിയുടെ നാവായി. നഴ്സ് ഓറഞ്ചുനീര് ചുണ്ടുകളിൽ നനച്ചുകൊടുത്തു. ഇതൊന്നും തന്റെ ജോലിയല്ല എന്ന മട്ടിൽ പേരക്കുട്ടി മുറിയിലൂടെ ഉലാത്തി. അവന്റെ കണ്ണുകളിൽ അപ്പോഴും പാമ്പുകൾ ഇഴയുന്നുണ്ടായിരുന്നു. ഒരു ദിവസം കൂടി കഴിഞ്ഞുകിട്ടിയെങ്കിൽ എന്ന് അവൻ ആശിച്ചു.

ചുണ്ടുകളിൽ തുടിച്ചുനിന്ന ജീവൻ നിലയ്ക്കുകയും കൺപോളകളിൽ കനംകുറയുകയും ചെയ്തപ്പോൾ ബലിയറുക്കാനായി നിരനിരയായി നിർത്തിയ മൃഗങ്ങളുടെ രൂക്ഷമായ ചൂര് മുറിയിലേക്ക് അടിച്ചു കയറാൻ തുടങ്ങി. നേർച്ചമൃഗങ്ങളുടെ കരുത്തൊതുക്കി, ഓരോന്നോരോന്നിനെയായി ദൈവകീർത്തനങ്ങളിലൂടെ അറുത്തിടുന്ന ദയനീയ കാഴ്ച കണ്ണുകൾക്കു മുകളിൽ. കുത്താനോ കെട്ടിയിട്ട കൈകാലുകൾ കുതറിപ്പൊട്ടിക്കാനോ കഴിയാത്ത ബലിമൃഗത്തെപ്പോലെ അയാൾ ആശുപത്രിക്കിടക്കയിൽ കിടന്ന് ഒച്ചയില്ലാതെ കരഞ്ഞു. ആസ്വദിക്കാനും പങ്കുവയ്ക്കാനും കഴിയാത്ത പല ദൃശ്യങ്ങളും അയാളെ വീണ്ടും പൊതിഞ്ഞുകൊണ്ടേയിരുന്നു. അയാൾ വെട്ടിത്തിളങ്ങുന്ന ഒരു കഠാരയുടെ മൂർച്ചയേറിയ തലോടൽ കാത്തു.

നീണ്ട പ്രാർത്ഥനയ്ക്കൊടുവിൽ കിട്ടിയ മകൻ ഇസ്മായീലിനെ ദൈവപ്രീതിക്കായി ബലിയർപ്പിക്കാൻ പിതാവ് ഇബ്രാഹിം കൊണ്ടുപോകുമ്പോൾ മൂന്നിടങ്ങളിൽ വച്ച് ചെകുത്താൻ അവരെ വഴിതെറ്റിക്കാൻ ശ്രമിച്ചു. അവിടെവച്ച്, ആ അടയാളത്തിന്റെ ഓർമ്മ പുതുക്കി അന്നയാൾ

കല്ലെറിഞ്ഞു. പ്രതീകാത്മകമായ കല്ലേറ്. ചെകുത്താനെതിരെ ജീവിതത്തിൽ ആദ്യമായി കല്ലെറിയാൻ കിട്ടിയ അവസരം അയാൾ മാത്രമല്ല, ലോകത്തെ ഓരോ രാജ്യക്കാരനും മത്സരിച്ച് ആഘോഷത്തോടെ ഉപയോഗപ്പെടുത്തി. ഏഴേഴു കല്ലുകൾ കൊണ്ട് മൂന്നുദിവസം ചെകുത്താനെ എറിഞ്ഞു. പിന്നെ മൃഗബലി. അതും പഴയകാല സംഭവത്തിന്റെ ഓർമ്മകളുണർത്തിക്കൊണ്ട്. മകൻ ഇസ്മായിലിനു പകരം ഒരു മൃഗത്തെ ബലിയർപ്പിക്കാൻ ദൈവകല്പന. അങ്ങനെ മക്കളുടെ ചെലവിൽ അയാൾ പ്രസവിച്ചുവീണ ഒരു കുഞ്ഞിനെപ്പോലെ ശുദ്ധനായി ഹജ്ജ് കഴിഞ്ഞ് തിരിച്ചെത്തി.

ഉറ്റ ചങ്ങാതിയെ കണ്ടപ്പോൾ ഖേദത്തോടെ പറഞ്ഞു: "ഇനി ഞാൻ ഒരറവിനും വെട്ടിനും ഇല്ലെടാ."

ആ വർഷം മൃഗങ്ങളുടെ എണ്ണം പെരുകി. ആളുകളൊക്കെ ദൈവപ്രീതി നേടാനായി കാശിറക്കി. ബിസിനസുകാരും ഗൾഫുകാരും മത്സരിച്ച് ഓരോ എണ്ണത്തിനെയും തീറ്റിപ്പോറ്റി ബലിപെരുന്നാളിനായി കാത്തിരുന്നു. കരുത്താർന്ന, അംഗവൈകല്യങ്ങളില്ലാത്ത, അധികം പ്രായമാവാത്ത സുന്ദരന്മാരും സുന്ദരികളും. ഓരോ ഗ്രാമത്തിലും ബലിമൃഗങ്ങളുടെ എണ്ണം കൂടിക്കൂടി വന്നു. എന്നിട്ടും, പലരും വന്നുവിളിച്ചിട്ടും അയാൾ പുറത്തിറങ്ങാതെ വീട്ടിലിരുന്ന് പെരുന്നാളുണ്ടു. ഒരു മാംസവും അയാളുടെ വായ സ്വീകരിക്കാതെയായി.

ദൈവപ്രകീർത്തനങ്ങളുടെ താളത്തിലൂടെ അയാളുടെ മനസ്സൊന്നുണർന്നു. തീപ്പൊള്ളലേറ്റവന്റെ നീറ്റലുമായി കണ്ണു തുറന്നുനോക്കിയപ്പോൾ മുന്നിൽ കസേരയിൽ പ്രത്യാശയുടെ തിളക്കവുമായി അയാളുടെ ഉറ്റ ചങ്ങാതി! പഞ്ഞിത്താടിയും വെളുത്ത തലേക്കെട്ടും കുപ്പായവും തുണിയും.

അയാൾക്ക് അപ്പോൾത്തന്നെ തന്റെ ബാല്യകാല സുഹൃത്തിനെ കെട്ടിപ്പിടിച്ചു കരയണമെന്നു തോന്നി. ഇത്രയും വയസ്സായിട്ടും ഉന്മേഷം മാറാത്ത മുഖവും പ്രസന്നതയും. ബുദ്ധിക്ക് യാതൊരു തകരാറുമില്ല, കാഴ്ചയ്ക്കും. അവനവന്റെ ആവശ്യങ്ങൾക്ക് ആരെയും ബുദ്ധിമുട്ടിക്കേണ്ടതുമില്ല. ആരോടും ഒരു പരാതിയും പരിഭവവും ഇല്ലാത്ത ചങ്ങാതീ, നീയെത്ര ഭാഗ്യവാൻ.

അതിശക്തമായ ആവേശത്തോടെ, കഴിയുന്നത്ര ബലം പ്രയോഗിച്ച് അയാൾ കൺപോളകൾ തുറന്ന് കൂട്ടുകാരനെ സ്നേഹത്തോടെ, മതിവരാതെ നോക്കി. ചങ്ങാതിയുടെ മുഖത്ത് ഇരുളും വെളിച്ചവും മിന്നിമറിയുന്നതുപോലെ.

അയാളുടെ ചടച്ചുതൂങ്ങിയ കൈകളെടുത്ത് സുഹൃത്ത് ഓമനിച്ചു. അതു കണ്ടതോടെ നഴ്സ് സമാധാനത്തോടെ വാതിൽ തുറന്നു പുറത്തിറങ്ങി. അന്നേരത്തു തന്നെയാണ് ഒരു സംഗീതമഴയായി സൂരജിന്റെ മൊബൈൽ ശബ്ദിച്ചതും. അവൻ ഉപ്പൂപ്പായുടെ സുഹൃത്തിനെ പ്രിയത്തോടെ ഒന്നു നോക്കി, മനസ്സുകൊണ്ട് സമ്മതം ഉറപ്പുവരുത്തി, സാവ

ധാനം വാതിൽ തുറന്നു പുറത്തിറങ്ങി.

ഒരു മുള പൊട്ടുന്നതുപോലെ അയാൾ സ്വയം ഉണർന്നു. നനഞ്ഞ കണ്ണുകൾ പതുക്കെപ്പതുക്കെ സുഹൃത്തിന്റെ കൈകളിലൂടെ സഞ്ചരിച്ച് അരയിലേക്കു നീണ്ടുചെന്നു. അപ്പോൾ ഒരുപറ്റം ബലിമൃഗങ്ങളുടെ അമറലും ഗന്ധവും അയാളിലേക്ക് ഇരച്ചുകയറി.

സുഹൃത്തിന് എല്ലാം മനസ്സിലായതുപോലെ. യാതൊരു വേവലാതിയുമില്ലാതെ പച്ചനിറത്തിലുള്ള അരപ്പട്ടയിൽനിന്ന് എപ്പോഴും കൊണ്ടുനടക്കാറുള്ള കഠാരയെടുത്ത് അയാൾ ഓമനിച്ചു. രണ്ടുപേരുടെയും കണ്ണുകളിൽ തിളക്കം.

അപ്പോൾ, അതിഘോരമായ ഒരു അട്ടഹാസം കേട്ട് ആശുപത്രിക്കെട്ടിടം കിടിലംകൊണ്ട് വിറയാർന്നു.

കഥകളുടെ തമ്പ്രാൻ ഖലീഫ

ഉസ്മാൻ കിളിയമണ്ണിൽ/അബു ഇരിങ്ങാട്ടിരി

ആദ്യകഥാസമാഹാരമായ സൂര്യൻ ഒരു ചാൺ അകലെ എന്ന കൃതിയുടെ അവതാരികയിൽ ചിന്തകനും പത്രപ്രവർത്തകനുമായിരുന്ന കെ എ കൊടുങ്ങല്ലൂർ താങ്കളെ ഒരു ദേശത്തിന്റെ കഥാകാരൻ എന്ന് സംബോധന ചെയ്യുന്നുണ്ട്. ഇരിങ്ങാട്ടിരിക്കഥകളിലേക്ക് ദേശം കുടിയേറുന്നത് എപ്പോൾ മുതലാണ്?

കഥയെഴുതാൻ താല്പര്യമുള്ള ഏതൊരാൾക്കും കൂടുതൽ അദ്ധ്വാനമില്ലാതെ എഴുതാവുന്ന ഒന്നാണ് ദേശവും പ്രണയവും. എന്റെ കാര്യത്തിൽ ദേശത്തോടൊപ്പം കാലവും ഒരു ഘടകമായിരുന്നു. ക്ഷുഭിതയൗവനത്തിന്റെ ദാർശനികതയിലൊന്നും അകപ്പെട്ടിരുന്നില്ലെങ്കിലും ഗ്രാമീണതയെ ചൂഷണം ചെയ്യുന്ന ഒരു അധീശവർഗ്ഗം നാട്ടിലുണ്ടായിരുന്നു എന്ന വസ്തുത എന്നിലെ തീക്ഷ്ണയൗവനത്തെയും പ്രകോപിപ്പിച്ചിരുന്നു. ആദ്യ കഥ എന്ന് വിശേഷിപ്പിക്കാവുന്ന 'സഹദേവനെന്ന സഹജീവി' മുതൽ 'ദൃഷ്ടാന്തങ്ങൾ' വരെയുള്ള കൃതികളിൽ ഗ്രാമീണമായ നന്മതിന്മകളുടെ വിത്തുകൾ വീണുകിടപ്പുണ്ട്. ഏറെ ചർച്ച ചെയ്യപ്പെട്ട 'ചേറുമ്പിലെ കാക്കകൾ' 1985 ൽ കഥ മാസികയിൽ പ്രസിദ്ധീകരിച്ചു വന്നതിനെത്തുടർന്നുണ്ടായ ഭൂകമ്പങ്ങൾക്കും ഇടപെടലുകൾക്കും ശേഷമാണ് ചേറുമ്പ് എന്ന മലയടിവാരം എന്റെ കഥകളുടെ അടയാള ദേശമായത്.

ഹംസഖാൻ എന്ന സർക്കസുകാരന്റെ കദീസമ്മുവുമൊന്നിച്ചുള്ള തിരിച്ചുവരവ്, മേടയിൽ ഒരുക്കിയ പരലോകത്തിലേക്ക് ചേറുമ്പിലെ പ്രധാന കാക്കകളെ ആവാഹിച്ചു വരുത്തി നടത്തുന്ന പരസ്യ വിചാരണ, ഒടുവിൽ ഹംസാക്കയെന്ന പ്രമാണിയെ വിചാരണ ചെയ്യുന്നതിനിടയിൽ ജനക്കൂട്ടത്തിന്റെ ഇടപെടൽ, രാത്രിയുടെ മറ, കൈവിട്ടു പോകുന്ന കതീ

സമ്മു, പിറ്റേന്ന് വട്ടപ്പാറയിൽ കണ്ടെത്തിയ അവളുടെ വികൃത ശരീരം... ഒൻപതു പേജിൽ എഴുതിയൊതുക്കിയ ഒരു കഥ ഉണ്ടാക്കിയ കമ്പനങ്ങൾ, വധഭീഷണി, പലായനം... ചേറുമ്പിലെ കാക്കകളിലൂടെ താങ്കൾ പറഞ്ഞതും ജനം കേട്ടതും എന്തായിരുന്നു? എവിടെയായിരുന്നു ശരി?

മൂന്നു പതിറ്റാണ്ടു മുമ്പെഴുതിയ ഒരു കഥയുടെ ശരിതെറ്റുകൾ ഇപ്പോൾ ചർച്ച ചെയ്യുന്നതിൽ കാര്യമുണ്ടെന്നു തോന്നുന്നില്ല. പിറന്ന് വീഴുന്ന ഓരോ കഥകളും അതത് കാലഘട്ടത്തിന്റെ അനിവാര്യതയും അർഹതയും ആണ്. ആ രീതിയിൽ കാലം എന്നെ ഏല്പിച്ച ഒരു ദൗത്യമായിരിക്കണം ചേറുമ്പിലെ കാക്കകൾ. അക്ഷരങ്ങളുടെ കനൽച്ചുകപ്പ് പൊള്ളിക്കുന്നത് ആരെയൊക്കെയാണ്, എവിടെയൊക്കെയാണ് എന്നത് എഴുത്തുകാരന്റെ വിഷയമല്ലല്ലോ. *ദൃഷ്ടാന്തങ്ങൾ* എന്ന നോവലിൽ പത്തിരിപ്പാത്തു ഭർത്താവിന്റെ രണ്ടാം കെട്ടിൽ പ്രതിഷേധിച്ച് അങ്ങാടിയിലെ ആൾക്കൂട്ടത്തിനു മുമ്പിൽ ഉടുതുണി ഉരിയുന്ന ഒരു രംഗമുണ്ട്. ഞാനും പത്തിരിപ്പാത്തുവും ചില തെറ്റായ പ്രവണതകളെ പ്രതിരോധിച്ച രണ്ടു വലിയ ശരികളായിരുന്നു. ജനം ഇപ്പോഴെന്നപോലെ അന്നും കേൾക്കേണ്ടത് മാത്രം കേൾക്കുന്ന തികഞ്ഞ കേൾവിക്കാർ മാത്രമുണ്ടായിരുന്നു...

അപ്പോൾ അങ്ങനെയൊരു വിവാദം അനാവശ്യമായിരുന്നോ?

മുന്നിലെ ക്രമരാഹിത്യങ്ങൾക്കെതിരെ മുൻ - പിൻ നോക്കാതെയുള്ള ഒച്ചവെക്കലും അതിന്റെ സ്വാഭാവികമായ പ്രതികരണവുമായിരുന്നു അന്നത്തെ ആ കശപിശകൾ. എങ്കിലും ഇന്നിപ്പോൾ തിരിഞ്ഞു നോക്കുമ്പോൾ എന്നെ ഏറെ അത്ഭുതപ്പെടുത്തുന്നത്, മഹല്ലു ഖാസിയും സമസ്തയുടെ മുതിർന്ന നേതാവും പണ്ഡിതവര്യനുമായിരുന്ന ശൈഖുനാ കെ ടി മാനുമുസ്ലിയാരുടെ പ്രതികരണമാണ്. എതിർ ചേരിയിലുള്ള നാട്ടുപ്രമാണിമാർക്കൊപ്പം ചേർന്ന് ഞാനെന്ന ജാഹിലിനെ ഒറ്റപ്പെടുത്തുകയോ കുടുംബത്തെ ഒന്നടങ്കം ഊരുവിലക്കി, കഥയെഴുതിയതിന്റെ പേരിൽ ഫത്വ പുറപ്പെടുവിക്കുകയോ അല്ല അദ്ദേഹം ചെയ്തത്. അന്നത്തെ യാഥാസ്ഥിതിക സാഹചര്യത്തിൽ ഇങ്ങനെയൊക്കെ പ്രതീക്ഷിക്കണം കേട്ടോ. എന്നാൽ, ആ സംഘർഷാവസ്ഥയിലും എന്നെ വീട്ടിലേക്ക് വിളിച്ചുവരുത്തി, സ്നേഹപൂർവ്വം കൂടുതൽ എഴുതാൻ പ്രോത്സാഹനം നല്കുകയാണ് അദ്ദേഹം ചെയ്തത്. വലിയ കാലുഷ്യങ്ങളിലേക്ക് പതിയെ നീങ്ങിക്കൊണ്ടിരുന്ന ഒരു സംഭവത്തെ തികഞ്ഞ ഉത്തരവാദിത്വബോധത്തോടെ, സൗമ്യനായിനിന്ന് അദ്ദേഹം പരിഹരിച്ചു. നന്മയുടെ സംസ്ഥാപനത്തിനും മനസ്സിന്റെ ശുദ്ധീകരണത്തിനും കലാ-സാഹിത്യ സാംസ്കാരിക പ്രവർത്തനങ്ങൾക്കുള്ള പ്രസക്തി മനസ്സിലാക്കിയ അപൂർവ്വം മതപണ്ഡിതരിൽ ഒരാളായിരുന്നു അദ്ദേഹം.

എഴുത്തിന് സമുദായ നേതൃത്വം തടസ്സമാണെന്നാണോ പറയുന്നത്?

അങ്ങനെയല്ല. വിഭവങ്ങൾ എമ്പാടും ഉണ്ടായിട്ടും അത് വേണ്ട രീതിയിൽ ഉപയോഗപ്പെടുത്തിയില്ല എന്നത് വസ്തുതയാണ്. സമ്പന്നമായ ഒരു സാഹിത്യ പാരമ്പര്യത്തിന്റെ പിന്മുറക്കാരാണ് തങ്ങൾ എന്ന വിചാരമൊന്നും അവർക്കില്ല. മലയാള ലിപി രചനാ സജ്ജമാക്കുന്നതിനുമുമ്പു തന്നെ ഇസ്ലാമികവൈജ്ഞാനികസാഹിത്യങ്ങൾ മലയാളക്കരയിൽ പിറന്നു കഴിഞ്ഞിരുന്നു. ശൈഖ് സൈനുദ്ദീൻ മഖ്ദൂം, വെളിയംകോട് ഉമർ ഖാദി തുടങ്ങിയവരുടെ പഠനഗ്രന്ഥങ്ങൾ, അറബി കാവ്യങ്ങൾ എന്നിവ ആ പൈതൃകത്തിന്റെ നാരായവേരുകളാണ്. ചരിത്രഗ്രന്ഥമായ *തുഹ്ഫത്തുൽ മുജാഹിദീൻ* ഇംഗ്ലീഷ് സാമ്രാജ്യത്തിനെതിരെയുള്ള സമരാഹ്വാനമാണ് മുന്നോട്ടു വെച്ചിട്ടുള്ളത്. ഖാദി മുഹമ്മദിന്റെ *മുഹിയുദ്ദീൻ മാല*, മോയിൻകുട്ടി വൈദ്യരുടെ കാവ്യങ്ങൾ എന്നിവ ഇപ്പോഴും നാം ഏറെ ചർച്ച ചെയ്യപ്പെടുന്നു. ഇങ്ങനെ വിവിധ സാഹിത്യശാഖകളെ പരിപോഷിപ്പിച്ച മഹത്തുക്കളുടെ പിന്മുറക്കാർ അക്ഷരവിരോധികളാണെന്ന വിരോധാഭാസം നാം കണ്ടതും കേട്ടതുമാണ്. ആ അവസ്ഥ സ്ഥായിയായി നിലനിർത്താൻ ചിലർ പരിശ്രമിച്ചു വിജയിക്കുകയും ചെയ്തു.

അങ്ങനെ അവഗണിച്ചു തള്ളാവുന്നതാണോ ഭാഷയിലും സാഹിത്യത്തിലും കേരളീയ മുസ്ലീങ്ങൾക്കിടയിൽ ഉണ്ടായ നവോത്ഥാന സംരംഭങ്ങൾ?

അതാണ് ഞാൻ പറഞ്ഞുവരുന്നത്. മലയാളത്തിലെ ആദ്യത്തെ സാഹിത്യകൃതി എന്നു വിശേഷിപ്പിക്കാവുന്ന *മുഹിയുദ്ദീൻമാല* ഉൾപ്പെടെ അറബി മലയാളത്തിൽ എഴുതപ്പെട്ട രചനകൾ ദേശീയോദ്ഗ്രഥനത്തെ തെല്ലൊന്നുമല്ല സഹായിച്ചിട്ടുള്ളത്. ഉത്തരേന്ത്യൻ മുസ്ലീം സമൂഹം ഉറുദു വിനിമയ ഭാഷയായി സാർവ്വത്രികമായി ഉപയോഗിച്ചു തുടങ്ങിയതോടെ അവർ ദേശീയധാരയിൽനിന്നും ഒറ്റപ്പെട്ടു. ഇന്നും അതിന്റെ ബുദ്ധിമുട്ടുകൾ അവർ പേറുന്നുണ്ട്. എന്നാൽ, അന്നും ഇന്നും കേരളത്തിലെ സ്ഥിതി മറിച്ചാണ്. എഴുത്തച്ഛന്റെ ഭാഷയേക്കാൾ തെളിമയുള്ള മലയാളം അതിനും എത്രയോ വർഷങ്ങൾക്കുമുമ്പ് ഇറങ്ങിയ *മുഹിയുദ്ദീൻമാല*യിൽ ഉപയോഗിച്ചിട്ടുണ്ട്. അറബി - മലയാളം ലിപിയിൽ ആയിരുന്നു എന്ന പരിമിതിയാണ് ഖാസി മുഹമ്മദിന്റെയും മറ്റും ശുദ്ധമലയാളം കേരളം വായിക്കപ്പെടാതെ പോകാൻ കാരണം. എങ്കിലും അറബി - മലയാള സാഹിത്യങ്ങൾ മുസ്ലിംസമൂഹത്തെ കേരളീയമായ പൊതുഭാഷയോടൊപ്പം സഞ്ചരിക്കാൻ സജ്ജമാക്കി എന്നുള്ളത് ചെറിയ കാര്യമല്ല. പരിഷ്കരിക്കപ്പെട്ട ലിപിയിലേക്ക് മലയാളം മാറിയപ്പോൾ ഈ പറഞ്ഞ മേന്മകൾക്കൊന്നും തുടർച്ച ഉണ്ടായില്ല എന്നു മാത്രമല്ല, അത്തരം സാംസ്കാരിക പാരമ്പര്യങ്ങളെ തള്ളിക്കളയാനാണ് ചില സമുദായ നേതൃത്വങ്ങൾ ശ്രമിച്ചത്. എന്നാൽ മാറിയ കാലത്തെ ഭാഷയുടെ സാദ്ധ്യതകൾ മനസ്സിലാക്കിയ പുതുതലമുറ ഏറെ പ്രതീക്ഷകൾ നല്കുന്നുണ്ട്. മതത്തിന്റെ കണ്ണുക

ളിലൂടെ കലാ - സാഹിത്യങ്ങളെ അസഹിഷ്ണുതയോടെ സമീപിച്ചിരുന്ന സമുദായ നേതൃത്വം പഴയപോലെ ഒച്ചവെക്കുന്നില്ല എന്നത് വലിയ സാംസ്കാരിക മുന്നേറ്റമായി കാണേണ്ടതാണ്.

താങ്കളുടെ ഏറ്റവും മികച്ച കഥകളെന്ന് പ്രശംസിക്കപ്പെട്ട 'നടത്തവും' 'മേജർ ടാർഗറ്റും' തുറന്നു വെക്കുന്ന ഭയാശങ്കകളുടെ വർത്തമാനകാലം ഈ പറഞ്ഞ പൊതുധാരാ സങ്കല്പത്തിന്റെ തകർച്ചയല്ലേ സൂചിപ്പിക്കുന്നത്?

തീർച്ചയായും. അത്തരം ആകുലതകളാണ് ആ രണ്ടു കഥകളിലും ചർച്ച ചെയ്യപ്പെടുന്നത്. നമ്മുടെ നാട്ടിലിപ്പോൾ തകർന്നുകൊണ്ടിരിക്കുന്നത് പരസ്പര വിശ്വാസമാണ്, സ്നേഹമാണ്, മാനവികതയാണ്. ഒരു ദർശനത്തിന്റെയും അന്തഃസത്ത മനസ്സിലാക്കാത്ത ഒരു ചെറുസമൂഹം പാകിയ ഭയവിത്തുകളുടെ വിളവെടുപ്പുകാലത്ത് ഇങ്ങനെ തകർന്നമരുന്നത് ആത്മബന്ധങ്ങളാണ്. വീട്ടകങ്ങൾപോലും ഭയമുക്തമല്ല. സുരക്ഷിതർ ആരെന്ന് ആർക്കും ഒരു തിട്ടവുമില്ല. ആശങ്കയുടെ മുനയിൽ ജീവിതം ഓരോരുത്തരും ജീവിച്ചു തീർക്കുകയാണ്. 'നടത്തം' കാലത്തിൽനിന്നും കാലത്തിലൂടെ കാലത്തിലേക്കുള്ള ഭയചകിതമായ ഒരു യാത്രയാണ്. 'തമ്പ്രാൻ ഖലീഫ'യിലും 'സുലൈഖാ സ്വയംവര'ത്തിലും പറയാൻ ശ്രമിച്ച സാംസ്കാരിക സമന്വയം ഇന്ന് നമുക്ക് കിനാവു കാണാൻ മാത്രമേ കഴിയൂ എന്നറിയുമ്പോഴാണ് ഭയത്തിന്റെ ആഴം മനസ്സിലാവുക.

'മൂന്നാംലോക ഭീകരനും പുതിയ രാസായുധവും' എന്ന കഥയിൽ ഈ ഭയത്തെ പൊളിച്ചെടുക്കുകയല്ലേ ചെയ്യുന്നത്?

ശരിയാണ്. മൂലധനശക്തികൾ അകാരണമായ ഒരു ഭയം ബോധപൂർവ്വം സൃഷ്ടിക്കുന്നുണ്ട് എന്നുതന്നെയാണ് പറയാൻ ശ്രമിച്ചത്. അവരുടെ അധിനിവേശ താല്പര്യങ്ങൾ ഒരു ഭാഗത്ത് രാഷ്ട്രവിഭവങ്ങളെ ലക്ഷ്യം വെച്ച് നിലയുറപ്പിക്കുന്നു. ഇന്ത്യനവസ്ഥയിലും ആഗോളാവസ്ഥയിലും 'മത'പ്പാടുകളുമായി കാത്തുനില്ക്കുന്ന പുതിയ ആനകൾക്ക് നാടുനിരങ്ങാനുള്ള പരിസരം ഒരുക്കുകയാണ് അവർ ചെയ്യുന്നത്. 'വവ്വാലുകളുടെ വഴികളി'ൽ ഈ ആനകൾ ഒരേ ഭാഷയിലാണ് ഷഫീഖിനും രാജേശ്വരിക്കും സ്നേഹപൂർവ്വം മുന്നറിയിപ്പു നല്കുന്നത്. സ്നേഹത്തിന്റെ പാലങ്ങൾ നിരന്തരം തകർക്കപ്പെട്ടുകൊണ്ടിരിക്കുന്ന ഈ സാഹചര്യത്തിലാണ് തമ്പ്രാൻ ഖലീഫയടക്കം ഞാനവതരിപ്പിച്ച സാംസ്കാരിക വിനിമയങ്ങൾ പ്രസക്തമാവുന്നത്. ഇരുവിഭാഗങ്ങളിലുമുള്ള നന്മകളുടെ കൈമാറ്റം നിരുത്സാഹപ്പെടുത്തുന്ന പ്രോപ്പഗണ്ടകൾക്കെതിരെ വിശാലമായ ഐക്യം രൂപപ്പെടേണ്ടതുണ്ട്.

കുറച്ചു കാലങ്ങളായി താങ്കളുടെ എഴുത്തിലും പ്രസംഗങ്ങളിലുമെല്ലാം

ബഷീർ ഒരു നിറസാന്നിദ്ധ്യമാണ്. ബഷീർ ചമയാനുള്ള ബോധപൂർവ്വമായ ശ്രമങ്ങൾ ഉണ്ടെന്നു പറഞ്ഞാൽ...?

തീർച്ചയായും വിയോജിക്കും. നൂറ്റാണ്ടിന്റെ പുണ്യമായി മലയാള എഴുത്തുലകത്തിനുമേൽ സൂര്യതേജസ്സായി നിറഞ്ഞുനില്ക്കുന്ന യുഗപ്രഭാവനാണ് ബഷീർ. ഭാഷാപണ്ഡിറ്റുകളായ വിവർത്തകർപോലും കൈവെക്കാൻ ഭയക്കുന്ന മൗലികതയുടെ അവസാന വാക്ക്. ഒരു താരതമ്യത്തിനും ഇടമനുവദിക്കാത്ത വ്യക്തിയും പ്രതിഭയും. ക്ലാസിക്കുകളുടെ കളിക്കൂട്ടുകാരൻ. ഈ മഹാപ്രതിഭയിൽനിന്നും തികച്ചും വേറിട്ട കഥാപരിസരത്താണ് എന്റെ കഥകൾ വിളയുന്നത്. അവ മനസ്സു പറയുന്നതുപോലെ പകർത്തുകയാണ് പതിവ്. അവിടെ പ്രിയപ്പെട്ടവരായ ബഷീറും വിജയനും വി കെ എന്നും പത്മനാഭനും പുനത്തിലുമൊക്കെ വിളക്കോ വെളിച്ചമോ നല്കിയിട്ടുണ്ടാവാം. കാരണം, അവരെ വായിച്ചു വളർന്ന ഒരു സാഹിത്യവിദ്യാർത്ഥിയാണ് ഞാൻ. അവരെ നിർഭയമായി സ്നേഹിക്കാൻ എന്നെ അനുവദിക്കുക...

അരികുവല്ക്കരിക്കപ്പെട്ട ജീവധാരകളുടെയും തദ്ദേശീയ ബിംബങ്ങളുടെയും പുസ്തകമായ ദൃഷ്ടാന്തങ്ങൾ എന്ന നോവൽ ഒരു കാലഘട്ടത്തിന്റെ സാംസ്കാരിക പുരാവൃത്തം കൂടിയാണ്. മലയാളി ജീവിതത്തിന്റെ രണ്ടാമിടം എന്ന് വിശേഷിപ്പിക്കാവുന്ന അറേബ്യൻ ആവാസാനുഭവങ്ങൾ തുറമുഖനഗരത്തിന്റെ പശ്ചാത്തലത്തിൽ ചിത്രീകരിച്ചാൽ അത് മറ്റൊരു ചരിത്രനിർമ്മിതിയാവില്ലേ?

എഴുത്തുകാരൻ വായനാലോകത്തിനു നല്കുന്നത് സ്വന്തം അനുഭവങ്ങളുടെയും കാഴ്ചകളുടെയും നിഗമനങ്ങളുടെയും കിനാവുകളുടെയും നിറം പിടിപ്പിച്ച വർണ്ണനകൾ ആണ്. രചനയുടെ ഓരോ അണുവിലും സ്വന്തം അടയാളങ്ങൾ നിരത്തി, അവയെല്ലാം കാലാതീതമായി നിലനില്ക്കണമെന്ന് ഓരോ എഴുത്തുകാരനും ആഗ്രഹിക്കുന്നു. ഉത്തരാധുനികതയുടെ പ്രളയം വരുമ്പോൾ ഒലിച്ചു പോകും എന്ന് ഉറപ്പുള്ള ഒരു സാംസ്കാരിക സ്വത്വത്തിന്റെ കരുതിവെയ്പ്പു തന്നെയായിരുന്നു *ദൃഷ്ടാന്തങ്ങൾ*. ആ അനുഭവബലത്തിൽ രണ്ടു പതിറ്റാണ്ടിന്റെ പ്രവാസാനുഭവം കഥയാക്കാൻ തുനിഞ്ഞിറങ്ങിയാൽ അത് വിജയിക്കണം എന്നില്ല. ഓരോ പ്രമേയവും എന്നെ എഴുതൂ... എന്ന് പറഞ്ഞ് നിരന്തരം വാതിലിൽ മുട്ടണം. അപ്പോൾ മാത്രമേ വായനായോഗ്യവും മൗലികവുമായ കൃതികൾ ഉണ്ടാവൂ.

പ്രതിഭയും ജീവിതാവബോധവുമുള്ള എഴുത്തുകാർ ഇന്നിപ്പോൾ സൗദിയിലുണ്ട്. മുഖ്യധാരയിലെ സജീവ സാന്നിദ്ധ്യങ്ങളായ സിതാര എസും പി ജെ ജെ ആന്റണിയും ഉദാഹരണം. ജോസഫ് തെരുവൻ, ജോസഫ് അതിരുങ്കൽ, എം ഫൈസൽ, ഷഹീറാ നസീർ, റഫീഖ് പന്നിയങ്കര, റുബീനാ നിവാസ്, സബീന എം സാലി, ബീന ഫൈസൽ,

അബ്ദുള്ള മുക്കണ്ണി, ഐ ടി അഷ്റഫ്, ഷാജി മേലാറ്റൂർ തുടങ്ങി സൗദിയിലുള്ള എഴുത്തുകാരെല്ലാം ഏറെ പ്രതീക്ഷ നല്കുന്നവരാണ്. പ്രവാസം സർഗ്ഗതൃഷ്ണകളെ ഇല്ലായ്മ ചെയ്യുകയല്ല, മറിച്ച് സാർവ്വദേശീയവും ബഹുഭാഷാപരവുമായ വിനിമയങ്ങളും വ്യത്യസ്ത സംസ്കാരങ്ങളുമായുള്ള ഇഴയടുപ്പങ്ങളുമായി നവ്യാനുഭവങ്ങളുടെ പറുദീസ തീർക്കുകയാണ് ചെയ്യുന്നത്. ആ പറുദീസയിൽനിന്നുവേണം ഭാഷയുടെ പുതിയ ദിശ നിർണ്ണയിക്കാൻ കെല്പുള്ള കൃതികൾ പിറക്കേണ്ടത്.

Printed by Libri Plureos GmbH in Hamburg,
Germany